ஸ்டார்ட்அப் யுகத்தில் வாழ்வது எப்படி?

தி இந்து குழுமம் தமிழ் திசை

ஸ்டார்ட்அப் யுகத்தில் வாழ்வது எப்படி?

25 ஆளுமைகளின் உத்வேகமூட்டும் அனுபவங்கள்

முகம்மது ரியாஸ்

தமிழ் திசை

Title
STARTUP YUGATHIL VAAZHVATHU EPPADI

Author: © **MOHAMED RIYAS**

ISBN NO: 978-81-985900-2-2

நூல் தலைப்பு
ஸ்டார்ட்அப் யுகத்தில் வாழ்வது எப்படி?

நூல் ஆசிரியர்
© முகம்மது ரியாஸ்

முதற்பதிப்பு
மே - 2025

விலை: **₹ 180**

ஆசிரியர்
கே.அசோகன்

பொறுப்பாசிரியர்
வி.தேவதாசன்

உதவிப் பொறுப்பாசிரியர்
வா.ரவிக்குமார்

Creative Head - புத்தகங்கள் பிரிவு
மு.ராம்குமார்

முதன்மை வடிவமைப்பாளர்
என்.கணேசன்

வடிவமைப்பாளர்
ச.சக்திவேல்

பதிப்பகப் பிரிவு
விற்பனை மேலாளர்: **S.இன்பராஜ்**
முகவரி:
KSL MEDIA LIMITED, கஸ்தூரி மையம்,
124, வாலாஜா சாலை,
சென்னை - 600 002.

போன்: **044 - 35048001**
செல்: **7401296562 / 7401329402**

தமிழ் திசை பதிப்பகத்தின் அனைத்துப் புத்தகங்களையும் வாங்கிட கீழே குறிப்பிட்டுள்ள ஆன்லைன் லிங்க்கை பயன்படுத்தவும். மேலும், நமது பதிப்பகத்தின் விலைப் பட்டியலை PDF மூலம் பார்க்க உங்கள் whatsapp எண்ணை மேற்கண்ட எண்ணுக்கு அனுப்பவும்.

https://store.hindutamil.in/publications
www.instagram.com/hindu_tamil

KSL Media Limited, Regd. Office: **KASTURI BUILDING** No.859 & 860 Anna Salai, Chennai - 600 002.

https://www.facebook.com/Tamilthisaipublications https://twitter.com/Tamilthisaipublications

Printed by B.Ashok Kumar, Rasi Graphics (P) Ltd. No.40, Peters Road, Royapettah, Chennai - 600 014, for KSL Media Limited, Chennai - 600 002.

ஸ்டார்ட்அப்: சவாலே சமாளி!

ஒவ்வொரு காலகட்டத்திலும் அந்தந்த காலகட்டத்திற்குரிய சவால்களை மனிதன் சந்தித்துக் கொண்டுதான் இருக்கிறான். புதிது புதிதான கண்டுபிடிப்புகள் தொழிற்புரட்சிக்கு வித்திட்டன. இப்போது தொழில்நுட்பப் புரட்சி உலகம் முழுவதும் நடந்து கொண்டிருக்கின்றன. அதன் ஒரு வடிவம்தான் 'ஸ்டார்ட்அப்'. உலக அளவில் யோசி; உள்ளூர் அளவில் செயல்படுத்து என்பதுதான் இதன் உள்ளடக்கம். இப்படி யோசித்த 25 தொழில்முனைவர்களின் விரிவான பேட்டிகளின் தொகுப்புதான் 'ஸ்டார்ட்அப் யுகத்தில் வாழ்வது எப்படி? என்னும் இந்தப் புத்தகம். 'சவாலே சமாளி' என்பதுதான் ஸ்டார்ட்அப் நிறுவனங்களின் தாரகமந்திரம்!

'இந்து தமிழ் திசை'யின் 'வணிக வீதி' பகுதியில் இந்தப் பேட்டிகள் வெளிவந்தபோதே வாசகர்களிடையே பெரும் வரவேற்பைப் பெற்றன. தற்போது வெளிவரும் தொகுப்பு நூலுக்கும் இளைஞர்களிடையே பெரும் வரவேற்பு கிடைக்கும் என உறுதியாக நம்புகிறோம்.

ஸ்டார்ட்அப் நிறுவனத்தைத் தொடங்குவது முதல் தொடர்வது வரை அதில் இருக்கும் நுட்பங்கள், சவால்களை மிகவும் நெருக்கமாக சம்பந்தப்பட்டவர்களின் அனுபவ வார்த்தைகளிலேயே வெளிப்பட்டிருப்பது இந்நூலின் சிறப்பு.

தமிழ்நாட்டிலும் இந்திய அளவிலும் உலகின் சில நாடுகளிலும் கிளை பரப்பியிருக்கும் பல முன்னணி ஸ்டார்ட்அப் நிறுவனங்களின் நிறுவனர்கள், செயல் அதிகாரிகள் தங்களின் மனத்திலிருந்து பேசியிருப்பதன் பதிவாக இந்நூல் உங்களின் கவனம் ஈர்க்கும்.

50 வயதைக் கடந்தவர்களின் இருசக்கர வாகனமாக அடையாளப் படுத்தப்பட்ட ராயல் என்பீல்ட், இன்றைக்கு இளசுகளின் விருப்பமாக மாறியிருப்பதற்கான பின்னணி என்னவாக இருக்கும்? டீ கடைகள் வைத்து 150 கோடி ரூபாய் வருமானம் ஈட்ட முடியுமா? இது போன்ற கேள்விகளுக்கான பதில்கள் இந்த நூலில் உள்ளன. ஆச்சரியமானவை, நம்பமுடியாதவை என்று பலரும் நினைக்கும் வெற்றிகளுக்குப் பின்னால் இருக்கும் உழைப்பு எத்தகையது? அதை நிகழ்த்திக் காட்டுவதற்கு எத்தகைய யுக்திகளைப் பயன்படுத்தினார்கள் என்பவை இந்தப் புத்தகத்தில் சுவாரஸ்யமான ஆவணங்களாக்கியிருக்கின்றன!

அன்புடன்,
கே.அசோகன்,
ஆசிரியர்,
'இந்து தமிழ் திசை'

என்னுரை

ஸ்டார்ட்அப் யுகத்தைப் புரிந்துகொள்ளல்...

நீங்கள் சென்னையில் பல இடங்களில் 'சாய் கிங்ஸ்' டீக் கடைகளைப் பார்த்திருப்பீர்கள். அதன் ஆண்டு வருமானம் எவ்வளவு இருக்கும் என்று நினைக்கிறீர்கள்? 2023-ம் ஆண்டு நிலவரப்படி, அதன் வருமானம் ரூ.50 கோடி; அந்நிறுவனத்தின் மதிப்பு ரூ.150 கோடி. ஒரு டீக் கடை எப்படி ரூ.150 கோடி மதிப்புமிக்க நிறுவனமாக மாற முடிந்தது?

10 ஆண்டுகளுக்கு முன்னால் மதுரையில், ஐடி ஊழியர் ஒருவர் யூடியூப் சேனல் தொடங்கி, கல்லூரி முடித்து புதுதாக வேலைக்குச் சேர்பவர்களுக்கு சி, சி++, ஜாவா போன்ற நிரல்களை எளியமுறையில் கற்றுக்கொடுக்கும் வீடியோக்களை பதிவிட்டுவந்தார். டியூசன் மாதிரி என்று வைத்துக்கொள்ளலாம். இன்று அது, குவி என்ற ரூ.100 கோடி மதிப்புமிக்க ஸ்டார்ட்அப் நிறுவனமாக மாறி இருக்கிறது. எப்படி ஒரு யூடியூப் சேனல் ரூ.100 கோடி மதிப்புமிக்க நிறுவனமாக மாற முடிந்தது?

35 ஆண்டுகளுக்கு முன்னால், இதே டீக் கடை, டியூசன் செண்டர் ஐடியா பலகோடி மதிப்புமிக்க நிறுவனமாக மாறி இருக்க முடியுமா என்றால், வாய்ப்பு மிக மிகக் குறைவு என்றுதான் சொல்ல முடியும்.

ஆனால், இன்னைக்கு இவை சாத்தியமாகின்றன. எப்படி?

Startup Approach.

முன்பு ஒருவர் தொழில் தொடங்க வேண்டும் என்றால், ஒன்று அவர் தொழில் அதிபரின் மகனாக இருக்க வேண்டும். இல்லையென்றால், கடன் வாங்கியாவது கையில் பெரிய அளவில் பணம் வைத்திருக்க வேண்டும்.

ஆனால், இன்றைய ஸ்டார்ட்அப் காலகட்டத்தில் உங்களிடம் நல்ல ஐடியாவும் அதை செயல்படுத்தக்கூடிய திறனும் இருந்தால் போதும், உங்களால் நிறுவனத்தை ஆரம்பித்து, வெளியிலிருந்து நிதி திரட்டி அதை பல கோடி மதிப்புமிக்கதாக மாற்றிட முடியும்.

ஒரு பிரச்சினைக்கு தீர்வு வழங்கும் நோக்கில் ஆரம்பிக்கப்படும் நிறுவனத்தை ஸ்டார்ட்அப் என்று வரையறுக்க முடியும். அதாவது, சூழலின் தேவையை அடையாளம் கண்டு, அதற்கு தீர்வை உருவாக்குவது ஸ்டார்ட்அப்பின் அடிப்படை இயல்பு.

சரி, வழமையான பிசினஸ் ஐடியாவிலிருந்து ஸ்டார்ட்அப் ஐடியா எப்படி வேறுபடுகிறது?

நீங்கள் உங்கள் ஊரில் ஒரு உணவகம் ஆரம்பிக்கத் திட்டமிடுகிறீர்கள் என்று வைத்துக்கொள்வோம். வழமையான பிசினஸ் முறையில் நாம் செய்யக் கூடியது, ஊரில் மக்கள் புழக்கம் அதிகம் இருக்கக்கூடிய ஒரு இடத்தில் உணவகத்தைத் திறப்போம். தரமான உணவுகளை வழங்கி மக்களின் வரவேற்பைப் பெற்று உணவகத்தை லாபகரமானதாக மாற்ற முயல்வோம்.

இதுவே ஸ்டார்ட்அப் அணுகுமுறை என்றால், முதலில் நாம் அந்த ஊர் மக்கள், உணவு சார்ந்து எதிர்கொள்ளும் சிக்கல்களை ஆராய வேண்டும். மக்களின் தேவையை அறிந்து அதைத் தீர்க்கும் வழிமுறையை சிந்திக்க வேண்டும்.

உதாரணத்துக்கு கணவன் - மனைவி இருவரும் வேலைக்குச் செல்கின்றனர். அதனால், தினமும் வீட்டில் சமைக்க முடிவதில்லை. அதே சமயம், உடல் நலம் கருதி தினமும் கடை உணவுகளையும் அவர்கள் சாப்பிட விரும்புவதில்லை. தனியே வசிப்பவர்களுக்கும் இதே சிக்கல் நிலவுகிறது. என்ன செய்யலாம்? இத்தகையவர்களுக்கென்று வீட்டு முறையில் செய்யப்பட்ட உணவுகளை தயாரித்து அவர்களது

அலுவலகத்துக்கு சென்று விநியோகம் செய்யும் ஒரு கட்டமைப்பை உருவாக்குவது குறித்து சிந்தித்தால் அது ஸ்டார்ட்அப் அணுகுமுறை.

வழமையான பிசினஸ் என்பது லாபத்தை பிரதான நோக்கமாகக் கொண்டிருக்கும். அதுவே ஸ்டார்ட்அப் என்பது ஒரு பிரச்சினைக்கு தீர்வு ஏற்படுத்தி அதன் மூலம் லாபம் ஈட்டுவதை நோக்கமாகக் கொள்ளும்.

ஸ்டார்ட்அப் ஐடியாவுக்கான நல்ல உதாரணமாக ஸொமாட்டோவை சொல்லலாம். வாடிக்கையாளர் ஹோட்டலுக்கு சென்று சாப்பிடுவதற்குப் பதிலாக, அவர் விரும்பும் ஹோட்டலிலிருந்து அவருக்கான உணவை டெலிவரி செய்யும் கட்டமைப்பை இந்தியாவில் ஸொமாட்டோ அறிமுகப்படுத்தியது. ஓலா, ரேபிட்டோ ஆகிய ஸ்டார்ட்அப்கள் இந்திய நகரங்களில் தனிநபர் போக்குவரத்து செயல்பாட்டில், தங்கள் புதிய ஐடியா மூலம் பெரும் புரட்சி நிகழ்த்தின.

ஸ்டார்ட்அப் நிறுவனங்களின் தாய்மடியாக அமெரிக்காவின் சிலிகான் வேலியை சொல்வதுண்டு. 1990-களில் இணையம் பரவலாகத் தொடங்கிய சமயத்தில் இணையத்தை மையமாகக் கொண்டு அமெரிக்காவில் கூகுள், அமேசான், பேஸ்புக், பே பால் என பல்வேறு ஸ்டார்ட்அப் நிறுவனங்கள் உருவாக ஆரம்பித்தன. உலகின் தேவைக்கு புதிய தீர்வுகளை வழங்கிய அந்நிறுவனங்கள் இன்று உலகின் முக்கியமான நிறுவனங்களாக உருவெடுத்துள்ளன.

ஸ்மார்ட்போன்களின் வருகைக்குப் பிறகு உலகெங்கிலும் இ-காமர்ஸ், போக்குவரத்து, உணவு விநியோகம், கல்வி, மருத்துவம், நிதி என பல தளங்களில் ஸ்டார்ட்அப் நிறுவனங்கள் உருவாக ஆரம்பித்தன.

இந்தியாவைப் பொருத்தவரையில் 2016-ம் ஆண்டு மொத்தமே 400 சொச்ச ஸ்டார்ட்அப் நிறுவனங்கள் இருந்தன. இன்று 1 லட்சத்துக்கு மேற்பட்ட நிறுவனங்கள் உருவாகியுள்ளன. தமிழ்நாட்டில் மட்டும் 9,000 ஸ்டார்ட்அப் நிறுவனங்கள் உள்ளன.

★ ★ ★ ★ ★

இந்தியாவின் சமூக, பொருளாதாரப் போக்கை தீர்மானிக்கும் காரணியாக ஸ்டார்ட்அப் நிறுவனங்கள் உருவெடுத்துவருகின்றன. ஸ்டார்ட்அப் யுகத்தில் தொழில்செயல்பாடுகள் மட்டும் மாற்றத்துக்கு உள்ளாகவில்லை. படிப்பு, வேலை என அனைத்து கட்டமைப்புகளும் மாறிவருகின்றன.

ஆனால், ஸ்டார்ட்அப் யுகத்தில் நிகழ்ந்து வரும் மாற்றங்கள் குறித்து தமிழ்நாட்டு மக்களிடையே போதிய புரிதலை பார்க்க முடியவில்லை. ஆங்கிலத்தில் ஸ்டார்ட்அப் நிறுவனர்களுடனான உரையாடல்கள் நிறைய வந்துகொண்டிருக்கின்றன. ஆனால், தமிழில் அத்தகைய உரையாடல்கள் மிகக் குறைவாகவே உள்ளன. குறிப்பாக, எழுத்துவடிவில் அத்தகைய உரையாடல்கள் பதிவாகவே இல்லை என்று சொல்லலாம்.

இந்நிலையில், பொதுமக்களிடம் ஸ்டார்ட்அப் உலகம் குறித்த புரிதலை ஏற்படுத்த, தமிழ்நாட்டின் ஸ்டார்ட்அப் தொழில்முனைவோர்கள், முதலீட்டாளர்கள், தொழில்துறை ஆளுமைகள், வழிகாட்டிகள் ஆகியோருடன் விரிவான உரையாடல் மேற்கொள்ள முடிவு செய்தோம்.

அப்படியாக 2023 நவம்பர் மாதம், இந்து தமிழ் திசையின் ‘வணிக வீதி’ பக்கத்தில் தொடங்கியதுதான், ‘ஸ்டார்ட்அப் யுகத்தில் வாழ்வது எப்படி?’ தொடர்.

இந்தப் பேட்டிகளைப் பொருத்தவரையில் ஸ்டார்ட்அப் தொழில்முனைவர்களின் பயணத்தைப் புரிந்துகொள்வது, அதாவது, அவர்களிடன் குடும்பப் பின்புலம், இளைமை காலகட்டம், எது அவர்களை தொழில்முனைவை நோக்கி உந்தித்தள்ளியது, தங்கள் துறையில் அவர்கள் அடையாளம் கண்ட பிரச்சினை என்ன, அதற்கான தீர்வை அவர்கள் எப்படி உருவாக்கினார்கள், தங்கள் ஐடியாவை எப்படி செயல்படுத்தினார்கள், இந்தப் பயணத்தில் அவர்கள் எதிர்கொண்ட சவால்கள் என்ன, கற்றுக்கொண்ட பாடங்கள் என்ன என அவர்களின் தொழில்முனைவுக் கதையை அவர்களது சொற்களின் வழியாக எந்த

மிகைப்படுத்தலும் இல்லாமல், சுவாரஸ்யமான மொழிநடையில் பதிவு செய்ய வேண்டும் என்பதை இலக்காகக் கொண்டேன். தமிழ்நாட்டு ஸ்டார்ட்அப் செயல்பாட்டின் வரலாற்று ஆவணமாகவும் இது இருக்க வேண்டும் என்பதைக் கருத்தில் கொண்டு அதற்கு ஏற்ப பேட்டிகளை வடிவமைத்தேன்.

ஒவ்வொரு பேட்டி வெளியாகும் சமயத்தில் அத்துறை சார்ந்தவர்களிடம் மட்டுமல்லாமல், பொதுமக்களிடமிருந்தும் நல்ல வரவேற்பு கிடைத்தது. தமிழ்ச் சூழலின் தேவை கருதி, தற்போது இந்தத் தொடர் புத்தக வடிவம் காண்கிறது.

‘சோஹோ’ ஸ்ரீதர் வேம்பு, ‘கிஸ்புளோ’ சுரேஷ் சம்பந்தம், ‘ஆம்பியர்’ நிறுவனர் ஹேமா அண்ணாமலை என ஸ்டார்ட்அப்பில் உச்சம் தொட்ட ஆளுமைகள் தொடங்கி புதிதாக களம் இறங்கி இருக்கும் இளம் தொழில்முனைவோர் வரை, தமிழ்நாட்டில் வலுவான ஸ்டார்ட்அப் கட்டமைப்பை உருவாக்குவதை இலக்காகக்கொண்டு செயல்படும் அரசு அமைப்பான ‘ஸ்டார்ட்அப் தமிழ்நாடு’ சிஇஓ சிவராஜா ராமநாதன் தொடங்கி மார்க்கெட்டிங் நிபுணர் சாய்ராம் கிருஷ்ணன் வரை, இந்தியாவின் முதல் 3டி பிரிண்டிங் தனியார் ராக்கெட் ஸ்டார்ட்அப் ‘அக்னிகுல் காஸ்மோஸ்’ நிறுவனர்கள் ஸ்ரீநாத் ரவிச்சந்திரன் - மொய்ன், செயற்கைக் கோளுக்கான எரிபொருள் நிரப்பும் ‘ஆர்பிட்எய்டு’ நிறுவனர் சக்திகுமார் தொடங்கி தமிழ்நாட்டின் முதல் யுபிஐ செயலியான ‘இப்போ பே’ நிறுவனர் மோகன் வரை, கல்வி, மருத்துவம், நிதி, வேளாண், மின்வாகனம், விண்வெளி என பலதரப்பட்ட துறைகளைச் சார்ந்த 25 ஆளுமைகளின் பேட்டி இதில் இடம்பெற்றுள்ளது.

ராயல் என்பீல்ட் சிஇஓ பி.கோவிந்தராஜன், இந்தியாவின் முதல் போர்க் கப்பலான கோதாவரியை வடிவமைத்தவரும், டிவிஎஸ் நிறுவனத்தின் முன்னாள் தலைவருமான கேப்டன் மோகன் ராம் ஆகிய இருவரும் ஸ்டார்ட்அப் துறையைச் சார்ந்தவர்கள் கிடையாது எனினும், இருவரும் தங்கள் துறையில் ஸ்டார்ட்அப் அணுகுமுறையை கைகொண்டு, அதன் வழியே தாங்கள் சார்ந்த நிறுவனத்தை முன்னகர்த்திச் சென்றவர்கள்.

அதன் அடிப்படையில் அவர்களுடனான உரையாடலும் இந்தப் புத்தகத்தில் சேர்க்கப்பட்டுள்ளது.

இந்த ஆளுமைகளிடம் ஒரு பொதுத் தன்மையை பார்க்க முடிகிறது. 99 சதவீதம் பேர் முதல் தலைமுறை தொழில்முனைவோர்கள். பெரிய பொருளாதார குடும்பப் பின்புலம் இல்லாதவர்கள். தங்களது ஐடியாக்கள் மூலமும் துணிச்சலான செயல்பாடுகளின் மூலமுமே இன்று இந்த உயரத்தை அடைந்திருக்கிறார்கள்.

தற்போதைய ஸ்டார்ட்அப் யுகத்தில், ஒவ்வொரு தனிநபரும் தன் திறனை சந்தைப்படுத்த வேண்டியதும், தன் திறன் சார்ந்து பொருளாதார வாய்ப்புகளை உருவாக்குவதும் மிக அவசியம் என்பதை இந்தப் பேட்டிகள் ஆழமாக உணர்த்துகின்றன. ஸ்டார்ட்அப் அணுகுமுறையின் மூலம் சமூகப் பிரச்சினைகளுக்கும் தீர்வு காண முடியும் என்பதையும் அவர்களது பயணம் எடுத்துக்காட்டுகிறது.

ஸ்டார்ட்அப் செயல்பாட்டில் ஈடுபட்டிருப்பவர்களுக்கு மட்டுமல்ல, தங்கள் துறையில் புதிதாக எதாவது செய்ய வேண்டும் என்ற துடிப்புடன் இருப்பவர்களுக்கும் இந்தப் பாடங்கள் பயனுள்ளவையாக இருக்கும் என்று நம்புகிறேன்.

இந்தத் தொடருக்கு முழுச் சுதந்திரம் வழங்கி ஊக்கப்படுத்திய ஆசிரியர் அசோகன் அவர்களுக்கு இந்தத் தருணத்தில் நன்றி தெரிவிக்க கடமைப்பட்டுள்ளேன்.

ஸ்டார்ட்அப் காலகட்டத்தில், தொழில் செயல்பாடுகளில் நிகழ்ந்துவரும் மாற்றங்கள் குறித்து தொழில்முனைவோர்கள் இடையே விழிப்புணர்வு ஏற்படுத்தும் நோக்கில் மதுரை, கோவை, சென்னை ஆகிய மூன்று இடங்களில் நிகழ்ச்சிகள் நடத்த, 'இந்து தமிழ் திசை' திட்டமிட்டபோது, அந்த நிகழ்ச்சிகளை வடிவமைத்து அவற்றை நெறியாளுகை செய்யும் பொறுப்பை நாளிதழின் தலைமைச் செயல்

அதிகாரி சங்கர் சுப்ரமணியம் எனக்கு வழங்கினார். தனிப்பட்ட முறையில் அந்த நிகழ்ச்சியை ஒருங்கிணைத்தது எனக்கு பெரிய அனுபவமாக இருந்தது. அந்த நிகழ்ச்சிதான் இந்தத் தொடருக்கு தொடக்கப்புள்ளி. என் மீது நம்பிக்கை கொண்டு அந்த வாய்ப்பை வழங்கிய சிஇஓ சங்கர் சுப்ரமணியம் அவர்களுக்கு மனதார நன்றி தெரிவித்துக்கொள்கிறேன்.

இந்தப் பேட்டி உருவாக்கத்தில் என்னுடைய சகோதரன் ஜாவித் ரஸ்விக்கு முக்கிய பங்கு உண்டு. SaaS துறையில் பணியாற்றும் அவன் வழியாகவே, அத்துறையின் செயல்பாடுகள் குறித்து, அதன் முக்கிய ஆளுமைகள் குறித்த அறிமுகம் எனக்குக் கிடைத்தது. அத்துறையில் அவன் பெற்றிருக்கும் அனுபவம், அத்துறை ஆளுமைகளுக்கான கேள்விகளை வடிவமைக்க பெரிதும் உதவியது. அவனுக்கு எனது நன்றிகள்.

இந்தப் பேட்டிகள் வணிக வீதி பக்கத்தில் வெளியாகும் சமயத்தில் தொடர்ந்து சுதந்திரமாக செயல்பட அனுமதித்த ரவீந்திரன் அவர்களுக்கு நன்றிகள் பல. ஊக்கம் வழங்கிய ஆனந்தன் அவர்களுக்கும், தேவையான திருத்தங்கள் கூறி பேட்டிகளை மேம்படுத்த உதவிய சக அணியினர் அண்ணன் ராஜன் பழனிக்குமார் அவர்களுக்கும் இத்தருணத்தில் நன்றி தெரிவித்துக்கொள்கிறேன்.

முகம்மது ரியாஸ்

இந்நூல்

இந்தப் பேட்டிகள் உருவாக்கத்துக்கு உத்வேகமாக இருந்த சகோதரன் ஜாவித் ரஸ்விக்கு

உள்ளே...

1. உள்ளூரில் வேரூன்றி உலக அளவில் செயல்பட வேண்டும்!.................. 17

◆ Zoho நிறுவனர் **ஸ்ரீதர் வேம்பு**

2. தொழில்முனைவு மாநிலமாக தமிழ்நாடு மாற வேண்டும்!........................ 28

3. ஜாலியாக ஆரம்பித்த ஸ்டார்ட்அப் ரூ.30,000 கோடி
மதிப்புமிக்க நிறுவனமாக மாறிய கதை.. 34

◆ Chargebee சிஇஓ **கிரீஷ் சுப்ரமணியன்**

4. ஒவ்வொருவரும் மார்க்கெட்டிங் கற்றுக்கொள்வது அவசியம், ஏனெனில்... 40

◆ SuperOps.ai சிஇஓ **அர்விந்த் பார்த்திபன்**

5. சாதாரண குடும்பத்திலிருந்து வந்தவர் ரூ.5,000 கோடி நிறுவனத்தை
கட்டியெழுப்பிய கதை 45

◆ Thyrocare **வேலுமணி**

6. மூச்சை சீராக்குங்கள்; உங்கள் பாதை தெளிவடையும் 51

◆ Ampere மின்வாகன நிறுவனர் **ஹேமா அண்ணாமலை**

7. ராயல் என்பீல்ட் மீண்ட கதை... 57

◆ Royal Enfield சிஇஓ **பி.கோவிந்தராஜன்**

8. சறுக்கல்கள் தவிர்க்க முடியாதவை! 64

9. ராக்கெட் நாயகர்கள்.. 70

◆ Agnikul Cosmos நிறுவனர்கள் **ஸ்ரீநாத் ரவிச்சந்திரன் - மொய்ன்**

10. விண்வெளி துறையில் கவனம் ஈர்க்கும் தமிழ்நாட்டு ஸ்டார்ட்-அப் 77
    ◆ OrbitAID Aerospace நிறுவனர் & சிஇஓ **சத்குமார்**

11. பிசினஸ் என்பது கடலுக்கு போகிற மாதிரி
    நிச்சயமின்மை நிரம்பிய பயணம்! 82
    ◆ 'Ippo Pay' நிறுவனர் & சிஇஓ **மோகன்**

12. யூடியூப் சேனல் ரூ.100 கோடி
    மதிப்புமிக்க நிறுவனமாக மாறியது எப்படி? 88
    ◆ GUVI நிறுவனர் மற்றும் சிஇஓ **அருண் பிரகாஷ்**

13. தொழில்நுட்பங்களைப் பயன்படுத்தி
    என்ன செய்யப் போகிறோம் என்பதே முக்கியம்! 93
    ◆ Aquaconnect நிறுவனர் & சிஇஓ **ராஜமனோகர்**

14. டீ கடை ரூ.150 கோடி மதிப்புமிக்க நிறுவனமாக மாறிய கதை 98
    ◆ Chai Kings நிறுவனர்கள் **ஜஹபர் சாதிக், பாலாஜி சடகோபன்**

15. கேள்விகளே என்னை வழிநடத்துகின்றன! 103
    ◆ Farm Again நிறுவனர் **பெஞ்சமீன் ராஜா**

16. ஸ்டார்ட்அப் அணுகுமுறை மூலம்
    வேளாண் பிரச்சினையை தீர்க்க முடியும்! 108
    ◆ my Harvest Farm நிறுவனர் **அர்ச்சனா ஸ்டாலின்**

17. செயல் உங்களை வழிநடத்தி செல்லும்! 113
    ◆ Mind & Mom நிறுவனர் மற்றும் சிஇஓ **பத்மினீ ஜானகி**

18. குடும்பத்துக்காக பெண்கள்
வேலையை தியாகம் செய்ய தேவையில்லை!.. 117
- ◆ Overqualified Housewives நிறுவனர் **சங்கரி சுதர்**

19. தயக்கம் தவிர்!... 122
- ◆ Frigate இணை நிறுவனர் **கார்த்திகேயன் பிரகாஷ்**

20. நம் திறன்களை சந்தைப்படுத்த வேண்டும்!.. 127
- ◆ Tamilpreneur **ஷ்யாம் சித்தார்த்**

21. உங்கள் திறனைக் கொண்டு
நீங்கள் தீர்க்கப் போகும் பிரச்சினை என்ன? 133
- ◆ முதலீட்டாளர் & ஸ்டார்ட்அப் வழிகாட்டுநர்
  செந்தில்குமார் இராஜேந்திரன்

22. நிறைய தொடர்புகளை உருவாக்கிக் கொள்ளுங்கள்! 137
- ◆ Angel Investor **சந்திரசேகர் குப்பேரி**

23. ஐடியாதான் உலகத்தை முன்னகர்த்துகிறது!....................................... 142
- ◆ இந்தியாவின் முதல் போர் கப்பல் 'கோதாவரி'யை வடிவமைத்த
  கேப்டன் மோகன் ராம்

24. சமூகப் பிரச்சினைகளை தீர்க்க
ஸ்டார்ட்அப் அணுகுமுறை கைகொடுக்கும்!.. 148
- ◆ StartupTN சிஇஓ **சீவராஜா ராமநாதன்**

25. நம்மை பற்றி நாம் சொல்லும் கதை முக்கியம்! 154
- ◆ மார்க்கெட்டிங் நிபுணர் **சாய்ராம் கருஷ்ணன்**

1

உள்ளூரில் வேரூன்றி உலக அளவில் செயல்பட வேண்டும்!

◆ Zoho நிறுவனர் **ஸ்ரீதர் வேம்பு**

தென்காசி மாவட்டம் கடையத்திலிருந்து 6 கிமீ தொலைவில் இருக்கிறது கோவிந்தபேரி. மேற்கு தொடர்ச்சி மலையடிவாரத்தில் இருக்கும் ஒரு சிறு கிராமம். இயற்கை எழில் கொஞ்சும். கூடவே வறுமையும். முள்செடிகள், லாரி டயர் பதிந்த மண்பாதை, மாட்டு சாணத்தின் நெடி, பெட்டிக்கடையையொட்டி அமைந்திருக்கும் சைக்கிள் பஞ்சர் ஒட்டும் கடை, பள்ளிவிட்ட கையோடு அம்மாவுடன் காட்டு வேலைக்குச் செல்லும் அரசுப் பள்ளிச் சீருடை அணிந்த சிறுமிகள், சட்டைப் பட்டனை வரிசை மாற்றி போட்டிருக்கும் சிறுவன் என கிராமத்துக்கான எல்லா சாயலும் கொண்ட ஒரு கிராமம்தான் கோவிந்தபேரி. ஆண்டுக்கு ரூ.8,500 கோடி வருவாய் ஈட்டும், இந்தியாவின் முன்னுதாரண மென்பொருள் நிறுவனங்களில் ஒன்றான சோஹோவின் நிறுவனர் ஸ்ரீதர் வேம்பு இந்தக் கிராமத்தில்தான் வசிக்கிறார்.

ஸ்ரீதர் வேம்புவின் சொந்த ஊர் இதுவல்ல. அவர் பிறந்தது தஞ்சாவூர். வளர்ந்தது சென்னை. படித்தது, வேலை பார்த்தது அமெரிக்கா. 1996-ம் ஆண்டு சோஹோ நிறுவனத்தை சென்னையில் தொடங்கியவர், மேற்குத் தொடர்ச்சி மலையின் ரம்மியத்தின்பால் ஈர்க்கப்பட்டு, 2011-ல் தென்காசி

மத்தளம்பாறையில் சோஹோவுக்கு பெரிய அளவில் அலுவலகம் ஒன்றை திறந்தார். அமெரிக்கா, சீனா, ஜப்பான், இத்தாலி, ஸ்பெயின் என பல நாடுகளிலும் அலுவலகங்களைக் கொண்டிருக்கும் சோஹோவில் 15,000-க்கும் மேற்பட்ட ஊழியர்கள் பணிபுரிகின்றனர்.

சோஹோ நிறுவனத்தைச் சிலர் மைக்ரோசாஃப்ட் நிறுவனத்துடன் ஒப்பிடுகின்றனர். சோஹோவின் நிறுவனர் ஸ்ரீதர் வேம்புவின் வளர்ச்சியைச் சிலர் ஸ்டீவ் ஜாப்ஸுடன் ஒப்பிடுகின்றனர். ஆனால், ஸ்ரீதர் வேம்பு இந்த ஒப்பீடுகளில் ஆர்வமற்றவர். அவரது உலகம் தனித்தது. அங்கு போட்டி இல்லை, லாப வேட்கை இல்லை, வெற்றி ஒரு இலக்காக இல்லை. நிதானம், எளிமை, சுதந்திரம், சமூக மேம்பாடு என்பதை ஒரு கலாச்சாரமாகக் கொண்டிருக்கிறது சோஹோ.

சோஹோ அதன் வளர்ச்சிக்காக மட்டுமல்ல, அதன் சமூக முன்னெடுப்புக்காகவும் கவனிக்கப்படும் நிறுவனம். கிராமப்புற வளர்ச்சியைதன்னுடைய இலக்காக முன்னிறுத்துபவர் ஸ்ரீதர் வேம்பு. அவரது இந்த இலக்கின் அடிப்படையிலேயே சோஹோ நிறுவனத்தின் செயல்பாடுகள் கட்டமைக்கப்பட்டிருக்கின்றன.

சென்னை கூடுவாஞ்சேரி மற்றும் தென்காசி மத்தளம்பாறையில் இருக்கும் சோஹோவின் அலுவலக வளாகத்தில் 'சோஹோ ஸ்கூல்' இயங்கிவருகிறது. பன்னிரண்டாம் வகுப்பு முடித்த மாணவர்களுக்கு மென்பொருள் எழுதக் கற்றுத்தந்து அவர்களைப் பணியில் சேர்த்துக்கொள்கிறது சோஹோ.

கிராமங்கள் பொருளாதாரரீதியாக தன்னிறைவுபெற வேண்டுமென்றால், அங்கு தொழில் செயல்பாடுகள் நிகழ வேண்டும்; அதற்கான கல்வி அப்பகுதி மக்களுக்கு கிடைக்க வேண்டும் என்ற எண்ணத்தின் அடிப்படையில், கோவிந்தபேரியில் ஒரு சிறு பள்ளியையும் நடத்தி வருகிறார் வேம்பு.

2020-ம் ஆண்டு கரோனா ஊரடங்கு சமயத்தில், தென்காசியை சுற்றியுள்ள கிராமங்களில் பள்ளிப்படிப்பை பாதியில் கைவிட்ட மாணவர்களுக்கு கல்வி வழங்கும் நோக்கில் ஆரம்பிக்கப்பட்டது கலைவாணி கல்விமையம். 3 மாணவர்களுடன் ஆரம்பிக்கப்பட்ட அப்பள்ளியில் இப்போது 160 மாணவர்கள் பயில்கிறார்கள். எல்லோரும் வறுமையான குடும்பப் பின்புலத்தைச் சேர்ந்தவர்கள்.

இவர்களுக்கு பயிற்றுவிக்க 20 ஆசிரியர்கள் முழு நேரமாக பணி அமர்த்தப்பட்டிருக்கிறார்கள். வழமையான பள்ளிப் பாடங்கள்

🔸 கலைவாணி கல்வி மைய குழந்தைகளுடன் ஸ்ரீதர் வேம்பு

மட்டுமல்லாது, சிலம்பம், நடனம் என மண் சார்ந்த கல்வியும் அவர்களுக்கு வழங்கப்படுகிறது.

இந்தப் பள்ளியிலிருந்து நடந்துபோகும் தொலைவில்தான் ஸ்ரீதர் வேம்புவின் வீடு இருக்கிறது. பழங்கால முறையில் கட்டப்பட்ட வீடு. வெளியில் வெயில் கொளுத்திக்கொண்டிருந்தது. ஆனால், வீட்டினுள் குளுமை. ஸ்ரீதர் வேம்புடனான உரையாடல் தொடங்கியது...

உங்கள் குடும்பப் பின்புலம் குறித்துச் சொல்லுங்கள்...

தஞ்சாவூரிலுள்ள உமையாள்புரம் கிராமத்தில் பிறந்தேன். என் அப்பா சென்னை உயர் நீதிமன்றத்தில் குமாஸ்தாவாக இருந்தார். தீர்ப்புகளை ஆவணப்படுத்தும் வேலை. கீழ் நடுத்தர வர்க்கம். பள்ளிப் படிப்பைத் தமிழ்வழிக் கல்வியில்தான் கற்றுக்கொண்டேன். என் குடும்பம் எனக்கு

எளிமையைக் கற்றுத்தந்தது. இன்றும் என் சகோதரி, சகோதரர்கள் எல்லோரும் எளிமையான வாழ்முறையையே கடைப்பிடிக்கிறோம். நான் சென்னையில் வளர்ந்தாலும் கிராமம் என்னுள் ஊடுருவியிருந்தது. அதன் காரணமாகவே, தென்காசியைத் தேர்ந்தெடுத்து, மேற்குத் தொடர்ச்சி மலை அடிவாரத்தில் வசிக்கிறேன்.

எந்தப் புள்ளியில் தொழில் தொடங்கும் முடிவுக்கு வந்தீர்கள்?

அமெரிக்காவில் உள்ள பிரின்ஸ்டன் பல்கலைக்கழகத்தில் முனைவர் பட்டப் படிப்பில் ஆய்வு முடிவுகளைத் தயாரித்துக்கொண்டிருந்தபோது சில கேள்விகள் எழுந்தன. 'இதெல்லாம் எதற்காக? இந்தக் காகிதங்களை வைத்து என்ன செய்யப்போகிறோம்? கல்விப்புல ஆய்வுச் செயல்பாடுகள் மீது ஆர்வம் இழந்து பெரும் விரக்திக்கு உள்ளானேன். மறுபுறம், இந்தியா ஏன் இவ்வளவு ஏழ்மையாக இருக்கிறது, இந்தியாவில் ஏன் தயாரிப்புகளே இல்லை போன்ற கேள்விகள் என்னைத் துளைத்தெடுத்தபடி இருந்தன. எனவே, காகிதங்களோடு சுருங்கிவிடக்கூடிய ஆய்வுப் படிப்புகளை, பொறியியலைச் செயல்வடிவத்துக்கு எடுத்துச் செல்லத் தோன்றியது. என் வாழ்க்கையின் திசையை மாற்றியமைத்த கணம் அது.

அதுவரை ஒரு அறிவியலாளராகவோ பேராசிரியராகவோ ஆகப்போகிறேன் என்றுதான் நினைத்திருந்தேன். நிறுவனம் தொடங்குவேன் என்று கற்பனையிலும் நினைத்ததில்லை. தொழில் செய்வதற்கு நிறைய தந்திரங்கள் வேண்டும், சூட்சுமம் வேண்டும் என்று நமக்குத் தெரியாதது குறித்து யோசிப்போம் அல்லவா, அப்படித்தான் எனக்கும் தொழிலுக்குமான உறவு இருந்தது. நண்பர்களிடம் நகைச்சுவையாகக் கூறுவதுண்டு: "ஜப்பானில் பிறந்திருந்தால் கல்லூரிப் பேராசிரியர் ஆகியிருப்பேன்; இந்தியாவில் பிறந்ததால்தான் தொழில்முனைவோனாக ஆகியிருக்கிறேன்."

உங்கள் சிந்தனையைக் கட்டமைத்ததில் யாரெல்லாம் முக்கியமானவர்கள்?

சிங்கப்பூரின் முன்னாள் பிரதமர் லீ குவான் யூ என்னுள் தாக்கம் செலுத்திய ஆளுமைகளில் ஒருவர். ஐம்பது ஆண்டுகளுக்கு முன்பு சிங்கப்பூர் ஒரு பின்தங்கிய மூன்றாம் நாடு. வெவ்வேறு நாட்டவர்கள், வெவ்வேறு மதங்கள், வெவ்வேறு மொழிகள் எனப் பலதரப்பட்ட பண்பாட்டுக் கலாச்சாரங்கள் கொண்ட வறிய நாடாக அது இருந்தது. பல கலவரங்கள் நடந்திருக்கின்றன. லீ குவான் இந்த வேறுபாடுகள்

அனைத்தையும் உள்ளடக்கியபடியே சிங்கப்பூரை உலகின் பணக்கார நாடுகளில் ஒன்றாக மாற்றிக்காட்டினார். அதேபோல், ஹோண்டா என்னுள் பெரும் தாக்கம் செலுத்தினார். ஜப்பானில் ஒரு கிராமத்தில் சைக்கிள் மெக்கானிக்காக இருந்து, தனது உழைப்பால், மாற்றுச் சிந்தனையால் உலகின் முதன்மையான கார் தயாரிப்பு நிறுவனங்களில் ஒன்றான ஹோண்டாவைக் கட்டியெழுப்பினார். இவர்கள் பற்றிய புத்தகங்களை ஒன்றுவிடாமல் இளம் வயதில் தேடித்தேடிப் படித்திருக்கிறேன். இவர்கள் வழியே நான் எனக்கான பாதையை உருவாக்கினேன்.

'சோஹோ ஸ்கூல்' எப்படி உருவானது?

அப்போது சோஹோ மிகச் சிறிய நிறுவனம். கல்லூரிப் படிப்பு முடிக்கும் மாணவர்களெல்லாம் மைக்ரோசாஃப்ட், கூகுள், டிசிஎஸ், இன்போசிஸ் என்று பெரிய நிறுவனங்களில் சேரவே ஆர்வம் காட்டினார்கள். இந்தச் சூழலில், சோஹோவுக்குத் தேவையான பணியாளர்களை நாமே உருவாக்குவோம் என்ற முடிவுக்கு வந்தோம். இந்தத் திட்டத்துக்கு ஆரம்ப விதை போட்டதில் என் சகோதரர்களுக்கு முக்கியப் பங்குண்டு. கல்லூரிப் பேராசிரியர் ஒருவரைப் பணிக்கு அமர்த்தி, சுற்றுவட்டாரப் பகுதியில் உள்ள அரசுப் பள்ளிகளில் பேசினோம். மாணவர்களுக்குப் பயிற்சி அளிக்கிறோம் என்றோம். சில மாணவர்கள் விருப்பம் தெரிவித்தார்கள். அவர்களுக்கான நவீனப் பாடத்திட்டத்தை உருவாக்கி, அடிப்படையான சில பயிற்சிகள் வழங்கினோம். படிப்படியாக மென்பொருள் எழுதக் கற்றுத்தந்தோம். ஒருசில மாதங்களிலேயே அவர்கள் மென்பொருள் எழுதுவதில் நன்கு தேர்ச்சி கண்டனர். இவ்வாறுதான் ஆறு மாணவர்களுடன் பதினைந்து ஆண்டுகளுக்கு முன் 'சோஹோ ஸ்கூல்' உதயமானது.

இன்று சோஹோ பணியாளர்களில் 20% இத்தகைய மாணவர்கள்தான். படிப்புக்கும் அறிதலுக்கும் தொடர்பில்லை என்பதை 'சோஹோ ஸ்கூல்' ஆழமாக உணர்த்தியிருக்கிறது. உண்மையில், பட்டப் படிப்பு முடித்தும் வேலையில்லாமல் இருக்கும் இந்திய இளைஞர்களுக்குத் தேவையானது திறன் மேம்பாடுதான்.

பெரிய மென்பொருள் நிறுவனத்தில் மென்பொருள் உருவாக்கப் பணிகளுக்கே பன்னிரண்டாம் வகுப்பு கல்வித் தகுதி போதும் என்கிறீர்கள். ஆனால், இந்திய யதார்த்தம் வேறொன்றாக இருக்கிறது. இந்த இடைவெளியை எப்படிப் பார்க்கிறீர்கள்?

இந்தியாவில் பாடத்திட்டங்கள் நடைமுறை வாழ்வில்

பயன்படாதவையாக இருக்கின்றன. இங்கு இருக்கும் கணிதப் பாடங்களைப் பாருங்கள். அவ்வளவு சிக்கல் நிறைந்ததாக இருக்கிறது. சோஹோவில் பத்தாம் வகுப்பு, பன்னிரண்டாம் வகுப்பு அளவிலான கணிதமே பயன்பாட்டில் இருக்கிறது. நடைமுறை வாழ்வில் பயன்படாத கல்வி, உண்மையான கல்வி அல்ல. செயல்முறைக் கல்வியே நமக்குத் தேவை.

பிரச்சினை என்னவென்றால், இந்தியக் கல்வியமைப்பானது வெற்றி என்பதை இலக்காகக் கொண்டிருக்கிறது. கல்வி ஒருபோதும் வெற்றியை நோக்கியதாக, போட்டி மனப்பான்மையை உண்டாக்குவதாக இருக்கக் கூடாது. நிறுவனங்களுக்கிடையே போட்டி இருக்கலாம். ஆனால், குழந்தைகளுக்கிடையே போட்டி இருப்பது தவறானது. அது அவர்களது தனித்தன்மையை ஒட்டுமொத்தமாக அழித்துவிடும்.

பாரதிக்குக் கணக்கு வரவில்லை. கணித மேதை ராமானுஜனுக்கு ஆங்கிலம் வரவில்லை. இந்தியக் கல்வி முறைப்படி, இன்று அந்த இருவரை மக்கு என்று சொல்லிவிடுவோம், இல்லையா? 'நீட்' தேர்வுக்குப் படி படி என்று கொடுமைப்படுத்தி, கற்பனைவளம் இழந்து ஜடமாக நிற்கும் மாணவர்களைப் பார்க்கிறேன். நம் நாட்டிலுள்ள தேர்வுகளுக்கான வழிமுறையானது மாணவர்களின் இயல்பையே குலைத்துவிடுவதாக இருக்கிறது. ஐஐடியிலும் இதுதான் நிகழ்கிறது.

உங்களது பொருளாதாரப் பார்வையை காந்தியின் பார்வையோடு தொடர்புபடுத்த இடமுண்டா?

காந்தியைவிடவும் அப்துல் காலம் பார்வை எனக்கு நெருக்கமானது. அப்துல் கலாம், 'கிராமப்புறங்களுக்கு நகர்ப்புற வசதிகளை வழங்குதல்' (PURA) என்றொரு திட்டம் கொண்டுவந்தார். தொழில்நுட்பங்களைக் கிராமங்களுக்கு எடுத்துச் செல்வதன் மூலமே கிராமங்களின் பொருளாதாரத்தை வலுப்படுத்த முடியும் என்று அவர் நம்பினார். எனக்கும் அதில் பெரிய ஆர்வம் இருந்தது. நாம் கிராமம் என்றால் வேளாண் உற்பத்தியோடு மட்டுப்படுத்திவிடுகிறோம். அறுவடைக்குத் தேவையான இயந்திரங்களை யார் உற்பத்திசெய்வது? இன்று ஸ்மார்ட்போன், பிரிட்ஜ், வாஷிங் மெஷின் என நவீனத் தொழில்நுட்பங்கள் அனைத்து இடங்களிலும் ஊடுருவியிருக்கின்றன. எனில், பலவிதமான தொழில்நுட்பக் கலைகளை உள்ளூர் மக்களிடம் கொண்டுசேர்க்க வேண்டும். அதன் வழியே மட்டுமே நாம் சமத்துவப் பொருளாதாரத்தை உருவாக்க முடியும்.

இந்தியாவில் கடந்த இருபது ஆண்டுகளில் மென்பொருள் துறை மிகப் பெரிய அளவில் வளர்ச்சி கண்டிருக்கிறது. நடுத்தர மற்றும் கீழ் நடுத்தர குடும்பங்கள் மென்பொருள் துறையில் உருவாகிவந்த வேலைவாய்ப்புகள் வழியாக பொருளாதாரரீதியாக மேம்பட்டன. அதேசமயம், மென்பொருள் துறை வளர்ந்த அளவுக்கு மற்றதுறைகளில் வளர்ச்சி நிகழவில்லை. இது ஒருவகையான ஊதிய ஏற்றத்தாழ்வை ஏற்படுத்தி இருக்கிறது. உதாரணத்துக்கு, ஐடி துறையில் நுழையும் ஒருவர் ஐந்தாண்டுகளுக்கு உள்ளாகவே 1 லட்சம் ரூபாய் சம்பளத்தை எளிதில் எட்டி விட முடிகிறது. ஏனையதுறையில் வேலை பார்ப்பவர் ஐந்தாண்டுகளில் ரூ.40 ஆயிரம் ஊதியத்தை எட்டுவதே சிரமமாக உள்ளது. மருத்துவம் படிப்பதைவிட, ஐடி துறையில் வேலைக்குச் சேரலாம் என்ற முடிவுக்கு வரும் அளவுக்கு ஏனைய துறைகளுக்கும் ஐடி துறைக்கும் இடையே ஊதிய ஏற்றத்தாழ்வு நிலவுகிறது. இதனால், மாணவர்கள் ஒரேடியாக ஐடி துறையை நோக்கி நகரும் போக்கு உருவாகி இருக்கிறது. விளைவாக, ஏனைய துறைகள் தேக்கத்தைச் சந்திக்கும் சூழல் ஏற்பட்டு இருக்கிறது. ஒருவகையில் இந்தப் போக்கு, நீண்டகால அடிப்படையில் இந்தியாவின் வளர்ச்சியில் பாதிப்பை ஏற்படுத்தக்கூடியது. இந்த ஊதிய ஏற்றத்தாழ்வை எப்படி பார்க்கிறீர்கள்? இதை சரி செய்வதற்கான வாய்ப்புகள் என்ன?

உண்மைதான். மென்பொருள் துறை அளவுக்கு ஏனைய துறைகளில் ஊதியம் கிடைப்பதில்லை. 2000-ம் ஆண்டுக்குப் பிறகு, மென்பொருள் துறைக்கு சர்வதேச அளவில் மிகப் பெரும் சந்தை வாய்ப்பு உருவானது. இதனால், முதலீட்டாளர்கள் இத்துறையில் கோடிகோடியாக முதலீடு செய்ய ஆரம்பித்தார்கள்.

இதனால் இத்துறை மிகப் பெரும் வளர்ச்சியை எட்டியது. ஆனால், தற்போது மென்பொருள் துறைக்கு முதலீடுகள் வருவது குறையத் ஆரம்பித்து இருக்கிறது. அந்த முதலீடு மற்ற துறைகளுக்கு திரும்பத் தொடங்கி உள்ளது. முதலீட்டாளர்கள் உற்பத்தி, விவசாயம் உட்பட ஏனைய துறைகளில் கவனம் செலுத்த ஆரம்பித்து இருக்கின்றனர்.

இதனால், தற்போது சூழல் மாறி வருகிறது. சமீபத்தில் கோவை சென்றிருந்தபோது பார்த்தேன். வெவ்வேறு துறைகள் சார்ந்து சின்னச் சின்னதாக நிறைய புதிய நிறுவனங்கள் உருவாகி இருந்தன. இந்த மாற்றம் வரும் காலங்களில் பரவலாகும். அப்போது ஊதிய ஏற்றத்தாழ்வு ஓரளவுக்கு மட்டுப்படும்.

செயற்கை நுண்ணறிவு தொழில்நுட்பம் (ஏஐ) எவ்வளவு திறன்மிக்கதாய் இருக்கும் என்பதை சாட்ஜிபிடி மென்பொருள் உலகத்துக்குக் காட்டி இருக்கிறது. கல்வி, மருத்துவம், வர்த்தகம் உட்பட அனைத்துத் துறைகளிலும் ஏஐ மிகப் பெரும் மாற்றங்களைக் கொண்டுவரும் என்று எதிர்பார்க்கப்படுகிறது. அதேசமயம், ஏஐ தீவிர வேலை இழப்பை ஏற்படுத்தும் என்ற அச்சமும் முன்வைக்கப்படுகிறது. தொழில்புரட்சி மனிதனின் உடல் உழைப்பில் மாற்றத்தைக் கொண்டுவந்தது. கணினி மற்றும் இணையம் மனிதனின் மூளை திறனில் மாற்றத்தைக் கொண்டுவந்தது. இவற்றையெல்லாம்விட, மனிதகுல போக்கில் ஏஐ பல மடங்கு தீவிர தாக்கத்தை ஏற்படுத்தும் என்று கூறப்படுகிறது. அந்தத் தாக்கம் எப்படிப்பட்டதாக இருக்கும் என்று நினைக்கிறீர்கள்?

உண்மையில் ஏஐ என்ன விளைவுகளை ஏற்படுத்தும், அது எப்படிப்பட்டதாக இருக்கும் என்பது குறித்து இன்னும் போதிய தெளிவு உருவாகவில்லை. ஆனால், ஒன்று மட்டும் நிச்சயம். மனிதகுலத்தில் மிகப் பெரும் பாய்ச்சலை ஏஐ நிகழ்த்த உள்ளது.

ஏஐ மூலம் நிறைய புதிய மாற்றங்கள் உருவாகும். உற்பத்தி பெருகும். இதனால் மக்களின் வாழ்க்கைத் தரம் மேம்படும். நிறைய புதிய வேலைவாய்ப்புகளும் உருவாகும். அதேசமயம் ஏஐ முறையாக கையாளப்படாவிட்டால் அது பெரும் அழிவுகளை ஏற்படுத்தவும் வாய்ப்புள்ளது. அதில் மிக அடிப்படையானது செயற்கை நுண்ணறிவு தொழில்நுட்பத்தால் கோடிக்கணக்கான பேர் வேலை இழக்கும் அபாயம் உள்ளது. அதற்கான மாற்று குறித்து நாம் சிந்திக்க வேண்டிய கட்டாயத்தில் உள்ளோம்.

ஏஐ என்பது தவிர்க்க முடியாதது. அது நிகழ்ந்தே தீரும். அதை நாம் எப்படிப் பயன்படுத்திக் கொள்ளப்போகிறோம் என்பதில்தான் அதன் முக்கியத்துவம் உள்ளது. அணு ஆயுதங்களை பயன்படுத்தக் கூடாது என்று உலக நாடுகளிடையே புரிந்துணர்வு இருக்கிறது. குளோனிங் தொழில்நுட்பம் மீதும் கட்டுப்பாடுகள் உருவாக்கப்பட்டிருக்கின்றன. அத்தகைய ஒரு புரிந்துணர்வை ஏஐ சார்ந்து உலக நாடுகள் மேற்கொள்ள வேண்டியது அவசியம்.

மிகக் குறிப்பாக, ஏஐ சார்ந்து குறிப்பிட்ட ஒரு சில நிறுவனங்கள் ஆதிக்கம் செலுத்தும் சூழல் உருவாகக் கூடாது. அப்படி உருவானால் அது மிகப் பெரும் ஆபத்தை ஏற்படுத்தும். இந்தியா இதில் மிகுந்த கவனமுடன் இருக்க வேண்டும்.

குறிப்பிட்ட சில நிறுவனங்கள் ஆதிக்கம் செலுத்தும் போக்குக்கு மாற்றான கட்டமைப்பை உருவாக்குவதில் இந்தியா முன்னுதாரண நாடாக உள்ளது. மிகச் சிறந்த உதாரணம் யுபிஐ. அடுத்ததாக ஓஎன்டிசி. இ-காமர்ஸ் துறையில் ஒரு சில பெரிய நிறுவனங்கள் ஆதிக்கம் செலுத்திவந்த நிலையில், அதை ஜனநாயகப்படுத்தும் வகையில் ஓஎன்டிசி கட்டமைப்பு உருவாக்கப்பட்டுள்ளது. ஏஐ சார்ந்தும் இந்த ஜனநாயகப்படுத்தல் நிகழ வேண்டும்.

சமூக அக்கறை கொண்ட ஒரு தொழில்முனைவோர் என்ற வகையில் இந்தியா செல்ல வேண்டிய பாதை எது என்று நினைக்கிறீர்கள்?

தொழில்நுட்பம்தான் ஒரு நாட்டினுடைய பொருளாதாரத்தின் வலிமையைத் தீர்மானிக்கிறது. இன்று ஸ்மார்ட்போன் சந்தையில் இந்தியா முக்கிய இடம் வகிக்கிறது. ஆனால், நம்மால் ஒரு சின்ன சிப்பைக்கூட உருவாக்க முடியாது. எம்ஆர்ஐ ஸ்கேன் எடுக்கிறோம். ஆனால், அந்தக் கருவியை நம்மால் உருவாக்க முடியவில்லை. மெட்ரோ ரயிலில் போகிறோம். ஆனால், அதன் ஒவ்வொரு பாகமும் வெளிநாடுகளிலிருந்து வருகிறது. இந்தியாவின் பொருளாதாரச் சிக்கல் என்னவென்றால் நாம் நமக்குத் தேவையான எல்லாவற்றையும் வெளிநாடுகளிலிருந்து இறக்குமதி செய்துவிட்டு, குடிமக்களை வெளிநாடுகளுக்குச் சேவை செய்ய வைக்கிறோம். இந்தப் பொருளாதாரம் சரியானது அல்ல.

இந்தியா அதற்குத் தேவையான பொருட்களை உற்பத்திசெய்ய வேண்டும். தொழில்நுட்ப வளர்ச்சியைக் கிராமங்களை நோக்கி விரிக்க வேண்டும். கிராமப்புறங்கள் உற்பத்தித் துறைக்கு ஏற்றதல்ல என்று கூறுகிறோம். ஆனால் சீனா, ஜப்பான் போன்ற நாடுகள் கிராமப்புற உற்பத்தியில் மிகச் சிறப்பாகச் செயல்படுகின்றன. நம்மாலும் முடியும். நாம் எதையும் தொடங்குவதற்கு முன்பே கைவிட்டுவிடுகிறோம்.

நான் ஐஐடியில் படித்துக்கொண்டிருக்கும்போது அங்கு வருகைதந்த ஜப்பானைச் சேர்ந்த பேராசிரியர் ஒருமுறை கூறினார், “இன்று நீங்கள் பயன்படுத்தும் பென்சில் ஜெர்மனியில் தயாரிக்கப்பட்டது. எங்கள் நாட்டில் நாங்கள் இவ்வாறு பிற நாட்டுத் தயாரிப்புகளைப் பயன்படுத்த வெட்கப்படுவோம். அந்த வெட்க உணர்வே எங்கள் நாட்டை உற்பத்தியில் வளரச் செய்தது. இந்தியாவும் அப்படி மாற வேண்டும்.”

சோஹோ நிறுவனத்தின் அடுத்தகட்ட பயணம் என்ன?

உள்ளூரில் வேரூன்றி உலகளாவிய அளவில் செயல்படுவதுதான் சோஹோவின் இலக்கு. இதற்கான பாதையை வலுப்படுத்தி வருகிறோம்.

பல்வேறு மாவட்டங்களில் உள்ள சிற்றூர்களில் அலுவலகம் திறந்து வருகிறோம்.

எங்கள் அலுவலகங்களை ஹப், ஸ்போக் என இருவகைப்படுத்துகிறோம். ஸ்போக் அலுவலகங்கள் 100 ஊழியர்களைக் கொண்ட உள்ளூர் அளவிலான சிறு அலுவலகங்களாக செயல்படும். ஹப் என்பது 1,000 ஊழியர்களைக் கொண்ட அப்பிராந்தியத்துக்கான தலைமை அலுவலகம்போல செயல்படும்.

ஸ்போக் அலுவலகங்கள் என்பவை கிராமப்பஞ்சாயத்துகள், நகராட்சிகள் போன்றவை என்றால், ஹப் அலுவலகங்கள் என்பவை மாநகராட்சி போன்றவை. தற்சமயம், இந்தியாவில் 30 ஸ்போக் அலுவலகங்களையும், 5 ஹப் அலுவலகங்களையும் கொண்டுள்ளோம்.

ஐரோப்பாவில் எஸ்டோனியா என்று ஒரு சிறிய நாடு உண்டு. பத்து லட்ச மக்கள் தொகை கொண்ட வளமிக்க நாடு. எனக்கு நமது ஒவ்வொரு மாவட்டங்களையும் எஸ்டோனியாவாக பார்க்கத் தோன்றும். அந்த அளவுக்கு நம் மாவட்டங்களில் மனித வளங்கள் உள்ளன. ஆனால், நம்முடைய வளர்ச்சி பெரு நகரங்களை மையப்படுத்தியதாக இருக்கிறது. இது சரியான வளர்ச்சி அல்ல. ஒவ்வொரு மாவட்டங்களும் அதில் உள்ள ஒவ்வொரு நகரங்களும் அங்கிருக்கும் ஒவ்வொரு கிராமங்களும் தங்கள் அளவில் தங்களுக்கான பொருளாதார வாய்ப்புகளை உருவாக்கிக் கொள்வதற்கான கட்டமைப்பை உருவாக்க வேண்டும். அதன் வழியாகவே நாம் வளர்ச்சியை அனைத்துத் தரப்பு மக்களுக்கும் கொண்டு சேர்க்க முடியும்.

நிறைய இளைஞர்கள் உங்களை முன்னுதாரணமாகக் கொண்டிருக்கிறார்கள். நாட்கள் நகர நகர உங்களது உள்ளாற்றல் புதிய சாத்தியங்களை நிகழ்த்தியபடி இருக்கிறது. வாழ்நாள் முழுவதும் நீங்கள் இதே ஊக்கத்துடன் இருந்திருக்கிறீர்களா? எது உங்களை முன்னகர்த்திச் செல்கிறது?

பணம் என்னுடைய இலக்கு இல்லை. நான் செய்யக்கூடிய வேலையில் எவ்வளவு முழுமையாக, உணர்வுபூர்வமாக என்னை ஈடுபடுத்திக்கொள்கிறேன் என்பதே எனக்கு முக்கியமானதாக இருக்கிறது. இன்று வெளியிலிருந்து பார்ப்பவர்களுக்கு சோஹோ ஒரே நாளில் வளர்ந்ததுபோல் தோன்றக்கூடும். ஆனால், சோஹோவின் இருபத்தைந்து ஆண்டுகாலப் பயணத்தின் பின்னால் மிகப் பெரும் பொறுமை இருக்கிறது.

நாம் நினைத்தபடியே எல்லாம் நடந்துவிடாது. வாழ்வில் பிரச்சினைகள், தோல்விகள், ஏமாற்றங்கள் இருந்துகொண்டேதான் இருக்கும். அதை நாம் எப்படிக் கையாள்கிறோம் என்பதே முக்கியம். 'வலி என்பது தவிர்க்க முடியாத ஒன்று; ஆனால், அதற்கு வருந்துவதோ, வருந்தாமல் கடப்பதோ நம் கையில்தான் இருக்கிறது' என்று ஒரு பௌத்தத் தத்துவம் உண்டு. என் வாழ்க்கையில் சில விஷயங்கள் சரியாகப் போகவில்லை. அதற்காக நான் முடங்கி உட்காரவில்லை.

●

2

தொழில்முனைவு மாநிலமாக தமிழ்நாடு மாற வேண்டும்!

◆ Kissflow நிறுவனர் & சிஇஓ **சுரேஷ் சம்பந்தம்**

வெளிநாடு போல் இருக்கிறது சென்னை ராஜீவ் காந்தி சாலையில் அமைந்திருக்கும் உலக வர்த்தக மையம் (WTC). 2021-ம் ஆண்டு பயன்பாட்டுக்கு வந்த இந்த மையம், இன்று சென்னையின் அடையாளங்களில் ஒன்றாக மாறி இருக்கிறது.18 லட்சம் சதுர அடியில் மிகப் பிரம்மாண்டமாக கட்டப்பட்டுள்ள இந்த மையத்தில், அமேசான், கேட்டர்பில்லர் என சர்வதேச நிறுவனங்களின் அலுவலகங்கள் அமைந்துள்ளன. சுரேஷ் சம்பந்தத்தின் 'கிஸ்ஃபுளோ'(Kissflow) நிறுவனமும் இங்குதான் இருக்கிறது.

2003-ம் ஆண்டு சிறிய அளவில் தொடங்கப்பட்ட கிஸ்ஃபுளோ, தற்போது மென்பொருள் துறையில் இந்திய அளவில் கவனிக்கப்படும் நிறுவனமாக திகழ்கிறது. அதன் நிறுவனரும் தலைமைச் செயல் அதிகாரியுமான சுரேஷ் சம்பந்தம், இன்று தமிழ்நாட்டின் முக்கியமான தொழில்முனைவோர்களில் ஒருவராக அடையாளம் பெற்றிருக்கிறார். தன்னுடைய நிறுவனத்தை வளர்த்தெடுப்பதில் மட்டுமல்லாமல், தமிழ்நாட்டின் சமூக,பொருளாதார மாற்றத்தை இலக்காகக்கொண்டு 'கனவு தமிழ்நாடு' என்ற அமைப்பையும் ஒருங்கிணைத்து வருகிறார்.

🔵 சுரேஷ் சம்பந்தம்

ஒரு காலை வேளையில் அவரது அலுவலகத்தில் அவரைச் சந்தித்தேன். அறையின் மூலையில் புத்தகங்கள் குவிந்திருந்தன. தொழில்முனைவு தொடர்பான புத்தகங்களைவிடவும் அண்ணா, பெரியார், காமராஜர், சமூக நீதி என அரசியல் புத்தகங்கள் அதிகம் காணப்பட்டன. அவரது மேஜையில் இருந்த இரண்டு புத்தகங்கள் கவனம் ஈர்த்தன. ஒன்று, 'இந்து தமிழ் திசை' வெளியீடான 'மாபெரும் தமிழ்க் கனவு'. மற்றொன்று ஆர்.பாலகிருஷ்ணன் எழுதிய 'Journey of A Civilization'.

உரையாடல் தொடங்கியது...

உங்கள் தொழில்முனைவுப் பயணம் எப்படி தொடங்கியது?

என்னுடைய தொழில்முனைவுப் பயணம் மிகவும் தற்செயலானது. என்னுடைய சொந்த ஊர் கடலூர். மேல் நடுத்தரவர்க்க குடும்பம். இதனால் பணம் சார்ந்து எனக்கு நெருக்கடி இல்லை. என்னுடைய அப்பா தீவிர கம்யூனிஸ்ட். எல்ஐசியில் வேலை பார்த்தார். சில சொத்துப் பிரச்சினைகள் இருந்ததால், அது தொடர்பாக காவல் நிலையம், நீதிமன்றம் என்று பதின்ம வயதிலேயே நான் அலைய வேண்டி இருந்தது. இதனால், நான் கல்லூரிக்குச் செல்லவில்லை.

பள்ளி முடித்துவிட்டு, கடலூரில் இருந்த டைப் ரைட்டிங் வகுப்பில் சேர்ந்தேன்.1992-ம் ஆண்டு அது. அந்த டைப் ரைட்டிங் நிலையத்தில் ஒரு கணினியும் இருந்தது. 50 ரூபாய் கட்டணம் செலுத்தினால், கணினி கற்றுக்கொள்ளலாம். கணினி கற்றுக்கொள்ள ஆரம்பித்தேன். கணினி என்னை மிகவும் ஈர்த்தது. இதனால், மிகுந்த ஆர்வமுடன் கோடிங் எழுதவும் கற்றேன்.

அதைத் தொடர்ந்து நண்பர்கள் 5 பேர் சேர்ந்து சொந்தமாக கணினி நிலையம் ஒன்றை ஆரம்பித்தோம். அப்போது எனக்கு வயது 19. மற்றவர்கள் வேலைக்குச் சென்றுவிடுவார்கள். இதனால், நான்தான் கணினி நிலையத்தை முழுநேரமாக கவனித்துக்கொண்டேன். கணினி தொழில்நுட்பம் சார்ந்து ஆழமாக கற்றுக்கொள்ள அது எனக்கு உதவியாக அமைந்தது. மூன்று ஆண்டுக்குப் பிறகு அந்நிலையத்தை மூடும் சூழல் ஏற்பட்டது.

இனி என்ன செய்வதென்று எனக்குள் குழப்பம். பெங்களூர் செல்ல முடிவெடுத்தேன். அங்கு ஹெச்பி நிறுவனத்தில் எனக்கு வேலை கிடைத்தது. நான் கணினி துறையில் கல்லூரிப் பட்டம் பெற்றிருக்கவில்லை. ஆனால், அனுபவப்பூர்வமாக ஆழ்ந்த அறிவு கொண்டிருந்தேன்.

இதனால், ஹெச்பியில் வேலைக்கு எடுக்கப்பட்டேன். அங்கு மூன்றாண்டு பணிபுரிந்த பிறகு செலக்டிகா என்ற அமெரிக்க நிறுவனத்துக்கு மாறினேன். அங்கு மூன்று ஆண்டுகள் பணிபுரிந்தேன். நான் வேலை பார்த்த பிரிவை, அக்செஞ்சர் நிறுவனம் வாங்கியது. என்னுடன் பணிபுரிந்த பெரும்பாலானோர் அக்செஞ்சருக்கு மாறினர்.

அப்போது என் முன் ஒரு கேள்வி எழுந்தது: இன்னும் எத்தனை நாள் ஒரு நிறுவனத்தின் கீழ் வேலை பார்ப்பது? நாமே சொந்தமாக நிறுவனம் தொடங்கலாம் என்று முடிவு செய்தேன். '*Low code No code*' என்று ஒரு வகைமை உண்டு. இதன்படி, கோடிங் எழுதுவதில் பரிச்சயம் இல்லாதவர்கள் கூட தங்களுக்கான மென்பொருளை வடிவமைத்துக்கொள்ள முடியும். அந்த சமயத்தில் இப்பிரிவில் இந்தியாவில் பெரிய அளவில் நிறுவனங்கள் உருவாகவில்லை. இந்நிலையில், இதை மையப்படுத்தி 2003-ம் ஆண்டு கிஸ்ஃபுளோ நிறுவனத்தை தொடங்கினேன்.

உண்மையில் எனக்கு அப்போது தொழில்முனைவு குறித்துபோதிய அனுபவம் கிடையாது. நிதி திரட்டுதல், சந்தைப்படுத்துதல், விற்பனை குறித்து விவரங்கள் தெரியாது. தன்னம்பிக்கையும் துணிச்சலும் மட்டுமே

என்வசம் இருந்தன. இப்போது யோசித்துப் பார்க்கையில், 100 சதவீதம் திட்டமிடலுடன் எந்தத் தொழிலையும் ஆரம்பிக்க முடியாது என்றே தோன்றுகிறது. ஓரளவு தெளிவுடன் களத்தில் இறங்கிவிட்டால் போதும், பாதை தானாக புலப்பட ஆரம்பிக்கும்.

செயற்கை நுண்ணறிவு தொழில்நுட்பம் வழியாக தற்போது உலகம் அடுத்தகட்ட பரிணாமத்துக்குள் நுழைந்திருக்கிறது. இந்தக் காலகட்டத்தை எதிர்கொள்ள நம்மை எப்படி தயார்படுத்திக்கொள்ள வேண்டும் என்று நினைக்கிறீர்கள்?

முதலில் இந்தக் காலகட்டத்தின் பொருளாதாரப் போக்கை நாம் வரையறுக்க முயல வேண்டும். அப்போதுதான், அதற்குத் தேவையான திறன்களைப் பற்றி நாம் பேச முடியும். இதுவரையிலான உலகின் பொருளாதார காலகட்டத்தை வேளாண்சார் பொருளாதாரம், தொழில்சார் பொருளாதாரம், அறிவுசார் பொருளாதாரம் என்று மூன்றாக வகைப்படுத்துவதுண்டு.

ஐடி துறை, நிதித் துறை ஆகியவை அறிவுசார் பொருளாதாரத்தின் கீழ் வருபவை. கடந்த 30 ஆண்டுகளாக அறிவுசார் பொருளாதாரமே உலகை முன்னகர்த்தி வருகிறது. எனவே, நாம் அறிவுசார் வேலைவாய்ப்புகளில் கூடுதல் கவனம் செலுத்த வேண்டும்.

அதேசமயம், தற்போது இன்னொரு மாற்றமும் நிகழத்தொடங்கி இருக்கிறது. செயற்கை நுண்ணறிவு தொழில்நுட்பத்தின் வருகையின் நீட்சியாக, நாம் அறிவுசார் பொருளாதாரத்திலிருந்து பொழுதுபோக்குசார் பொருளாதாரத்துக்கு மாற ஆரம்பித்திருக்கிறோம்.

பொழுதுபோக்கு சார்ந்து மிகப் பெரும் பொருளாதார வாய்ப்புகள் உருவாகி வருகின்றன. இதனால், பொழுதுபோக்கு விஷயங்களை உருவாக்குபவர்கள் முக்கியத்துவம் பெறுகின்றனர். இந்தச் சூழலில், ஒவ்வொருவரும் தங்கள் துறைசார்ந்து கிரியேட்டிவாக செயல்படுவது அவசியமாக மாறியுள்ளது.

செயற்கை நுண்ணறிவு தொழில்நுட்பம் அனைத்துத் தளங்களிலும் மிகப் பெரிய மாற்றத்தை ஏற்படுத்தி வருகிற நிலையில், அது குறித்த அச்சத்தை மக்களிடமும், அத்துறைசார் நிபுணர்களிடமும் பரவலாக பார்க்க முடிகிறது. உங்கள் பார்வை என்ன?

கணினி அறிமுகமான சமயத்தில், அது மக்களின் வேலையை பறித்துவிடும் என்று பிஎஸ்என்எல், எல்ஐசி உள்ளிட்ட அரசு

அலுவலகங்களில் ஊழியர்கள் மத்தியில் கணினிக்கு கடும் எதிர்ப்பு இருந்தது.

தொழிற்சங்கவாதியான என்னுடைய அப்பா, பல்வேறு மேடைகளில் கணினிக்கு எதிராக பிரச்சாரம் செய்திருக்கிறார். ஆனால், இப்போது யோசித்துப் பாருங்கள். கணினி இல்லாமல் எந்த வேலையும் இல்லை. சொல்லப்போனால், கணினி வேலையைப் பறிக்கவில்லை. மாறாக வேலையின் தன்மையை மாற்றி அமைத்திருக்கிறது என்று சொல்லலாம்.

செயற்கை நுண்ணறிவு தொழில்நுட்பத்துக்கும் இது பொருந்தும். புதிய தொழில்நுட்பங்கள் அறிமுகமாகும்போது அது குறித்து மக்கள் அச்சத்தை வெளிப்படுத்துவது இயல்பு. ஆனால், தொழில்நுட்பங்களின் வருகையை நம்மால் ஒருபோதும் தடுத்து நிறுத்த முடியாது. மனித குலத்தின் அடுத்தகட்ட நகர்வின் வெளிப்பாடு அது.

செயற்கை நுண்ணறிவு தொழில்நுட்பத்தால், ஆபத்துகள் இருப்பதை மறுப்பதற்கில்லை. ஆனால், அந்த ஆபத்தை எப்படி கையாளப்போகிறோம் என்பது குறித்துதான் சிந்திக்க வேண்டுமேயொழிய, அதை எதிரியாக பாவித்து செயல்படுவது சரியான அணுகுமுறை இல்லை.

தமிழ்நாடு குறித்து உங்கள் கனவு என்ன?

தமிழ்நாட்டை 1 டிரில்லியன் டாலர் பொருளாதாரம் கொண்ட மாநிலமாக மாற்ற வேண்டும் என்ற இலக்கைக் கொண்டு, 2018-ம் ஆண்டு 'கனவு தமிழ்நாடு' எனும் அமைப்பை உருவாக்கினேன். தற்போது தமிழக அரசும் இதை இலக்காகக் கொண்டு பயணிக்கிறது.

இந்தப் பயணத்தில் சில விஷயங்களை கவனத்தில் கொள்ள வேண்டும் என்று நினைக்கிறேன். இந்தியாவில் தொழிற்துறை வளர்ச்சியில் தமிழ்நாடு முதன்மை மாநிலமாக உள்ளது. வாகனம், மின்னணு, தோல்பொருள், ஆடை உள்ளிட்ட துறைகளில் சர்வதேச நிறுவனங்கள் தமிழ்நாட்டில் ஆலையை கொண்டுள்ளன.

ஆனால், இது நாம் நிறைவடைந்துவிடக் கூடிய விஷயம் அல்ல. காரணம், இந்தத் துறைகளில் நாம் பெரும்பாலும் வெளிநாட்டு நிறுவனங்களுக்கு ஒப்பந்த உற்பத்தியாளராகவே செயல்பட்டுக் கொண்டிருக்கிறோம். நமக்கு உழைப்புக்கான கூலி மட்டுமே கிடைக்கிறது. இத்துறைகளில் நாம் சொல்லிக்கொள்ளும் வகையில் பிராண்டுகளை உருவாக்கவில்லை. இனி நம்முடைய உற்பத்திப் பொருட்களை

உலகளவில் எடுத்துச்செல்லும் வகையில், சர்வதேச பிராண்டுகளை உருவாக்கவேண்டும்.

நாம் தற்போது ஸ்டார்ட்அப் காலகட்டத்தில் வாழ்ந்துகொண்டிருக்கிறோம். தமிழ்நாட்டு இளைஞர்கள் மத்தியில் தொழில்முனைவு ஆர்வம் குறைவாக இருக்கிறது. 1,000 பேரில் 2 இளைஞர்களே தொழில்முனைவுக்கு தயாராக இருக்கின்றனர். நன்றாக படித்து, நல்ல கல்லூரியில் சேர்ந்து, நல்ல வேலைக்குச் சென்று கைநிறைய சம்பாதித்தால் மட்டும் போதும் என்பதே நம் சமூகத்தின் மனநிலையாக இருக்கிறது.

தொழில்முனைவு இல்லாமல் சமூகம் முன்னகராது. பொதுவாக, தொழில்முனைவு என்பது பணத்துடன் தொடர்புபடுத்திப் பார்க்கப்படுகிறது. ஆனால், தொழில்முனைவு பணம் சார்ந்தது மட்டுமல்ல, சமூகத்தில் நாம் எதிர்கொள்ளும் பிரச்சினைகளை நம்முடைய ஐடியா வழியாகவும் கண்டுபிடிப்பு வழியாகவும் தீர்க்கும் செயல்பாடு அது. தொழில்முனைவு சிந்தனை மிகுந்த சமூகமாக தமிழ்நாட்டை நாம் மாற்ற வேண்டும்.

3

ஜாலியாக ஆரம்பித்த ஸ்டார்ட்அப் ரூ.30,000 கோடி மதிப்புமிக்க நிறுவனமாக மாறிய கதை

◆ Chargebee சிஇஓ **கிரிஷ் சுப்ரமணியன்**

தமிழ்நாட்டிலிருந்து உருவான SaaS (software as a service) நிறுவனங்களில் மிக முக்கியமான ஒன்று சார்ஜ்பீ (Chargebee). 2011-ம் ஆண்டு சென்னையில், ரூ.8,000 வாடகை வீட்டில், கிரிஷ் சுப்ரமணியன், ராஜாராமன், கேபி சரவணன், தியாகு ஆகிய 4 நண்பர்கள் சேர்ந்து தொடங்கிய சார்ஜ்பீயின் தற்போதைய மதிப்பு 3.50 பில்லியன் டாலர். இந்திய மதிப்பில் ரூ.30,000 கோடி. ஒரு பில்லியன் டாலருக்கு மேல் மதிப்புகொண்ட ஸ்டார்ட்அப் நிறுவனங்கள் யுனிகார்ன் என்று அழைக்கப்படுகின்றன. அந்த வகையில் சார்ஜ்பீ ஒரு யுனிகார்ன் நிறுவனம்.

சப்ஸ்கிரிப்ஷன், ரெவன்யூ மேனேஜ்மென்ட் தொடர்பான மென்பொருளை வழங்கும் சார்ஜ்பீ, தற்போது நெதர்லாந்து தலைநகர் ஆம்ஸ்டர்டாமைத் தலைமையிடமாகக் கொண்டு செயல்படுகிறது. 900 பேர் வேலை செய்கின்றனர்.

கிரிஷ் சுப்ரமணியன் (44). சார்ஜ்பீயின் இணை நிறுவனர் மற்றும் சிஇஓ. தொழில்முனைவு குடும்பப் பின்புலமோ, ஐஐடி போன்ற கல்விப் பின்புலமோ கொண்டவர் இல்லை. சாதாரண பொறியியல் கல்லூரியில் கணினி அறிவியல் பிரிவில் பட்டம் பெற்று, மிகச் சிறிய

கிரிஷ் சுப்ரமணியன்

மென்பொருள் நிறுவனத்தில் பயணத்தைத் தொடங்கியவர், தன்னுடைய 30-வது வயதில், நண்பர்களுடன் இணைந்து சார்ஜிபீயை தொடங்கி, அதன் சிஇஓ-வாக பொறுப்பேற்றார். 10 ஆண்டுகளுக்குள்ளாக அதை யுனிகார்னாக மாற்றிக்காட்டியுள்ளார். அவரது இந்தப் பயணத்துக்குப் பின்னிருக்கும் கதை என்ன? உரையாடினேன்.

உங்கள் இளமைப் பருவத்திலிருந்து தொடங்கலாம் என்று நினைக்கிறேன். பள்ளி, கல்லூரிக் காலத்தில் உங்கள் உலகம் எப்படிப்பட்டது?

பள்ளியில் மிக நன்றாக படிக்கக் கூடியவன் என்று சொல்ல முடியாது. ஆனால், பொறுப்பான மாணவன். எல்லா ஆசிரியர்களுக்கும் என்னைப் பிடிக்கும். கல்லூரியில் கணினி பொறியியல் பிரிவில் சேர்ந்தேன். நான் பிறந்தது வளர்ந்தது எல்லாம் சென்னை. ஆனால், சென்னையில் உள்ள கல்லூரிகளில் எனக்கு இடம் கிடைக்கவில்லை.

இதனால், மயிலாடுதுறையில் உள்ள கல்லூரி ஒன்றில் சேர்ந்தேன். கல்லூரியில் படிப்பைவிடவும், சிம்போசியம், செமினார் என படிப்பு சார்ந்த மற்ற விஷயங்களில் ஆர்வத்துடன் செயல்பட்டேன். மற்றபடி, தனித் திறனுடன் இருந்தேன் என்று சொல்ல முடியாது. அதேபோல் தொழில்முனைவோர் ஆவேன் என்று நான் ஒருபோதும் கற்பனை செய்ததில்லை.

என் ஆளுமையை உருவாக்கியதில் புத்தகங்களுக்கு முக்கிய பங்கு உண்டு. பள்ளிப் பருவத்திலேயே எனக்கு வாசிப்புப் பழக்கம் வந்துவிட்டது. பாலகுமாரன், சுஜாதா, ரீடர்ஸ் டைஜஸ்ட் என இலக்கியம் முதல் தொழில்நுட்பம் வரையில் கையில் கிடைக்கும் அனைத்தையும் வாசிப்பேன். வாசிப்பு எனக்கு உலகைப் புரிந்துகொள்ளவும், திறந்த மனதுடன் உலகை அணுகவும் உதவியது.

உங்கள் பயணத்தில் நிகழ்ந்த முதல் திருப்பம் எது?

நான் கல்லூரி முடித்து வெளிவந்த - 2001-ம் ஆண்டு சமயத்தில் - டாட் காம் குமிழ் காரணமாக ஐடி நிறுவனங்கள் சரிவில் இருந்தன. இதனால், வேலை கிடைக்காமல் சும்மா இருந்தேன். பிரபலமான 'அப்புசாமி - சீதாப்பாட்டி' தொடரை எழுதிய பாக்கியம் ராமசாமி என்று பரவலாக அறியப்படும் ஜ.ரா. சுந்தரேசனின் சகோதரர் கிருஷ்ணமூர்த்தி எங்கள் குடும்ப நண்பர்.

அவரது வீட்டில் பெரிய நூலகம் உண்டு. நான் அங்கு சென்று புத்தகங்கள் படிப்பது வழக்கம். ஒரு நாள் சுந்தரேசனின் மகன் ஜெகன் வாசன், கிருஷ்ணமூர்த்தியைப் பார்ப்பதற்காக வந்திருந்தார். அப்போது நான் அங்கு புத்தகம் படித்துக்கொண்டிருந்தேன். என்னைப் பற்றி விசாரித்தார். நான் என் படிப்பு விவரங்களைச் சொன்னேன். ஒரு நிமிடம் என்னைப் பார்த்தவர், "பெங்களூருவில் ஒரு சிறிய மென்பொருள் நிறுவனம் நடத்திக் கொண்டிருக்கிறேன். வந்து சேர்ந்து கொள்கிறாயா?" என்று கேட்டார். நான் யோசிக்கவே இல்லை, சரி என்றேன். மறுநாளே பெட்டியைக் கட்டிக் கொண்டு பெங்களூரு கிளம்பிவிட்டேன்.

பொதுத் துறை நிறுவனங்களின் டெண்டர் முறையில் வெளிப்படைத் தன்மையைக் கொண்டுவர அரசு முயற்சித்துக் கொண்டிருந்தது சமயம் அது. இதை வாய்ப்பாகப் பார்த்த ஜெகன், அமெரிக்காவில் மென்பொருள் துறையில் பெற்ற அனுபவத்தின் அடிப்படையில், பெங்களூருவில் சொந்தமாக நிறுவனம் தொடங்கி, டெண்டர் நடைமுறைக்கான மென்பொருள்களை உருவாக்கி வந்தார். சிறிய நிறுவனம். மொத்தமே 5 பேர்தான். மென்பொருளை உருவாக்குவது முதல், வாடிக்கையாளரிடம் பேசி அதை விற்று முதலாக்குவது வரையில் எல்லாவற்றையும் நாமேதான் செய்ய வேண்டும்.

எனக்கு சம்பளம் ரூ.3,000. மிகுந்த ஈடுபாட்டுடன் வேலை பார்த்தேன். ஜெகன் அபாரமான மார்க்கெட்டிங் திறன் கொண்டவர். அவரிடமிருந்து நிறுவனச் செயல்பாடுகள் குறித்து ஆழமாகக் கற்றுக்கொண்டேன்.

இன்றுவரை எனக்கு அவர் வழிகாட்டியாக உள்ளார். அவர் சொன்ன ஒரு கருத்து என் மனதில் ஆழமாக பதிந்தது.

"கிரிஷ் நம்முடைய மென்பொருளை ரூ.3 லட்சத்துக்கு விற்கிறோம். மைண்ட்ரீ மாதிரியான நிறுவனங்கள் இந்த மென்பொருளை உருவாக்கி இருந்தால் ரூ.1 கோடி வரையில் விற்று இருப்பார்கள். ஆர்டினரிக்கும் எக்ஸ்ட்ரா-ஆர்டினரிக்குமான வித்தியாசம் பேக்கிங்தான்" என்றார். ஓராண்டுதான் அந்நிறுவனத்தில் இருந்தேன். பிறகு, டிசிஎஸ் நிறுவனத்துக்கு மாறிவிட்டேன். ஆனால், இன்று, சார்ஜ்பீயை வழிநடத்துவதற்கான அடிப்படையான கற்றல், ஜெகனின் சிறிய நிறுவனத்தில்தான் எனக்கு நிகழ்ந்தது.

எப்போது ஸ்டார்ட்அப் தொடங்க வேண்டும் என்ற எண்ணம் வந்தது?

என் கல்லூரிகால நண்பன் ராஜாராமன் சோஹோ நிறுவனத்தில் வேலை பார்த்துக்கொண்டிருந்தான். பொதுவாக சர்வீஸ் நிறுவனங்களைவிட ப்ராடெக்ட் நிறுவனத்தில் வேலை பார்ப்பவர்களுக்கு சொந்தமாக ஸ்டார்ட்அப் தொடங்க வேண்டும் என்ற ஆசை எளிதில் வந்துவிடும். சோஹோ ப்ராடெக்ட் நிறுவனம் என்பதால், ராஜாராமனிடம் அந்த எண்ணம் முளைவிட்டுக்கொண்டிருந்தது. நானும் ராஜாராமனும் அடிக்கடி சந்தித்துக்கொள்வது வழக்கம்.

2005-ம் ஆண்டில், ஒருநாள் அவன் சொன்னான், "சீக்கிரமே ஏதாவது தொடங்க வேண்டும் கிரிஷ்." நாங்கள் அப்போது நன்றாக சம்பாதித்துக் கொண்டிருந்தோம். ஒரு முடிவெடுத்தோம்: அடுத்த ஐந்து ஆண்டுகளுக்கு நம் சம்பாத்தியத்தில் 30 சதவீதத்தை சேமிப்போம். சூழல் அமையும்போது வேலையைவிட்டுவிட்டு ஸ்டார்ட்அப் தொடங்குவோம். அதுவரை அதற்கு நம்மை தயார்படுத்துவோம்.

சரி, எப்படி உங்களை தயார் செய்ய ஆரம்பித்தீர்கள்?

டிசிஎஸ் சர்வீஸ் நிறுவனம் என்பதால், ப்ராடெக்ட் உருவாக்கம் சார்ந்து எனக்கு அனுபவம் கிடையாது. அப்படியென்றால், ஸ்டார்ட்அப் நிறுவனத்தை நடத்துவதற்குத் தேவையான மற்றத் திறன்களை வளர்த்துக்கொள்ள வேண்டும் என்று முடிவு செய்தேன். 2006 - 2009 காலகட்டத்தில் அமெரிக்காவில் இருந்தேன். அப்போது ஒரு நாள் எங்கள் நிறுவனத்தின் ரிலேஷன்ஷிப் மேனேஜரிடம் கேட்டேன்.

அவர் சேல்ஸ் & மார்க்கெட்டிங்கில் பெரிய ஆள். "நான் 5 ஆண்டுகளுக்குப் பிறகு டிசிஎஸில் இருக்க மாட்டேன். ஸ்டார்ட்அப்

ஆரம்பிக்க வேண்டும் என்று விரும்புகிறேன். ஸ்டார்ட்அப் ஆரம்பிக்க வேண்டுமென்றால், ப்ராடெக் உருவாக்கம் தவிர்த்து என்னென்ன திறன்களை வளர்த்துக்கொள்ள வேண்டும்?"

"ப்ராடெக்ட்டை உருவாக்குவது எவ்வளவு முக்கியமோ, அதே அளவு முக்கியம் அதை சந்தைப்படுத்தி விற்கத் தெரிவது. எனவே, நீ சேல்ஸ் & மார்க்கெட்டிங் கற்றுக்கொள்வது அவசியம்" என்றார். எப்படி நிறுவனங்கள் இடையே சேல்ஸ் நிகழ்கிறது, சென்னை போன்ற இடத்தில் இருந்துகொண்டு அமெரிக்கா, ஐரோப்பிய நாடுகளுக்கு எப்படி மென்பொருளை விற்பது என்பதை அவர் மூலம் கற்றுக்கொண்டேன்.

இதனிடையே, விசாவைப் புதுப்பிப்பதற்காக அமெரிக்காவிலிருந்து சென்னை வந்தேன். அப்போது ராஜாராமனை சந்தித்தபோது சொன்னான், "கிரீஷ் மாத்ருபூதம் சோஹோவிலிருந்து வெளியே வந்து ஸ்டார்ட்அப் தொடங்கிவிட்டார். நாமும் நிறுவனம் தொடங்க வேண்டும். என் சோஹோ நண்பர்கள் கேபி சரவணனும், தியாகுவும் நிறுவனம் தொடங்கும் எண்ணத்தில் இருக்கின்றனர். சேர்ந்து செயல்படுவோமா" என்றான்.

என் மனைவி இன்போசிஸில் இருந்தார். அந்த நம்பிக்கையில், நான் வேலையிலிருந்து ராஜினாமா செய்து ஸ்டார்ட்அப் அணியில் இணைய முடிவு செய்தேன். பொதுவாக தொழில்முனவை ரிஸ்க் என்பார்கள். ஆனால், நாங்கள், எங்கள் தொழில்முனைவு குறித்து ஆரம்பித்திலிருந்தே திட்டமிட்டு வந்ததால், அது எங்களுக்கு ஒரு டாஸ்க்காகவே தெரிந்தது.

பொதுவாக தீவிரமான ஐடியாவின் அடிப்படையில்தான் ஸ்டார்ட்அப் தொடங்குவார்கள். ஆனால், உங்கள் பயணத்தில் ஐடியா என்பது பிரதானமாக இல்லையே...

நாங்கள் ரசித்து வேலை பார்ப்பதற்கான வீடாகவே எங்கள் நிறுவனத்தை உருவாக்க விரும்பினோம். மாதம் ரூ.1 லட்சம் ஆளுக்கு வர வேண்டும். அதிகபட்சம் 30 பேருக்கு மேல் நிறுவனத்தில் இருக்கக் கூடாது.

ஜாலியாக ஒரு ஸ்டார்ட்அப் ஆரம்பிப்போம் என்றுதான் தொடங்கினோம். எனினும் ஸ்டார்ட்அப் என்றால், ஒரு பிரச்சினையை அடையாளம் கண்டு அதற்கான தீர்வை உருவாக்க வேண்டும். சவாலான பிரச்சினையை எடுப்போம் என்று சப்ஸ்கிரிப்ஷன், ரெவன்யூ மேனேஜ்மென்ட் ஆகியவற்றில் உள்ள சிக்கலுக்கு தீர்வு வழங்கலாம் என்று முடிவு செய்தோம்.

இப்படித்தான் ஐடியாவை நோக்கி நகர்ந்தோம். முதல் 5 ஆண்டுகள் தட்டுத்தடுமாறி சென்றது. அதன் பிறகே வெளிநாடுகளில் எங்கள் தயாரிப்புக்கான சந்தை புலப்பட ஆரம்பித்தது. புதிய உத்திகளை வகுத்து தீவிரமாக செயல்பட ஆரம்பித்தோம். 2018-ல் 15 மில்லியன் டாலர் நிதி திரட்டினோம். அதன் பிறகு நிறுவனம் நாங்கள் எதிர்பார்க்காத வேகத்தில் வளர ஆரம்பித்தது.

ஏன் சென்னையிலிருந்து ஆம்ஸ்டர்டாமுக்கு தலைமையகத்தை மாற்றினீர்கள்?

நிறுவனம் வளரவளர அதில் பங்கேற்பவர்களின் தன்மையும் மாறும். தற்போது எங்களது வாடிக்கையாளர்களில் 99% பேர் ஐரோப்பா, அமெரிக்காவைச் சேர்ந்தவர்கள். முதல் 10 ஆண்டுகள் இந்தியாவிலிருந்தே இதை சமாளித்துவிட்டோம். ஆனால், தற்போது நிறுவனம் பெரிய அளவில் வளர்ந்து விட்டதால் வாடிக்கையாளர்களுக்கு அருகில் இருந்து செயல்பட வேண்டிய தேவையுள்ளது. எனவே, தலைமையகத்தை ஆம்ஸ்டர்டாமுக்கு மாற்றினோம்.

இந்தப் பயணத்தில் கற்றுக்கொண்ட பாடம் என்ன?

நமக்கு தெரியாத விஷயத்தை வெளியிலிருந்து பார்க்கும்போது அது நமக்கு மிரட்சியாகவும் புதிராகவும் இருக்கும். ஆனால், நாம் அதனுள் இறங்கி, அடிப்படையை அலச ஆரம்பித்தால், அதன் இயங்குமுறை நமக்கு புலப்பட ஆரம்பித்துவிடும். இதை first principles என்பார்கள். ஒரு விஷயத்தை நாம் first principles முறையில் அணுகும் போது, அதில் நம்மால் சிறப்பாக செயல்பட முடியும்.

●

4

ஒவ்வொருவரும் மார்க்கெட்டிங் கற்றுக்கொள்வது அவசியம், ஏனெனில்...

◆ SuperOps.ai சிஇஓ **அர்விந்த் பார்த்திபன்**

ஐடி துறையில் சர்வீஸ் (service) நிறுவனங்கள், ப்ராடெக்ட் (product) நிறுவனங்கள் என்ற இரு பிரிவுகள் உண்டு. டிசிஎஸ், இன்போசிஸ், விப்ரோ, ஹெச்சிஎல் உள்ளிட்டவை சர்வீஸ் நிறுவனங்கள். சோஹோ, ஃப்ரெஷ்வொர்க்ஸ், சார்ஜ்பீ, கிஸ்ஃப்ளோ உள்ளிட்டவை ப்ராடெக்ட் நிறுவனங்கள்.

இந்தியாவில் ஐடி துறையில் சர்வீஸ் நிறுவனங்களே அதிகம் உருவாகிவந்த நிலையில், மென்பொருள் ப்ராடெக்ட் நிறுவனமாக சோஹோவைத் தொடங்கினார் ஸ்ரீதர் வேம்பு. தற்போது தமிழ்நாட்டில் சிறிதும் பெரிதுமாக பல மென்பொருள் ப்ராடெக்ட் நிறுவனங்கள் உருவாகி உள்ளன. இத்தகைய நிறுவனங்களே *SaaS (software as a service)* என்று அழைக்கப்படுகின்றன. இன்று தமிழ்நாடு *SaaS* நிறுவனங்களின் தலைநகரமாகத் திகழ்கிறது.

தமிழ்நாட்டு *SaaS* சூழலில் கவனிக்கப்படும் தொழில்முனைவர்களில் ஒருவர் அர்விந்த் பார்த்திபன். 2020-ம் ஆண்டு 'சூப்பர்ஆப்ஸ்.ஏஐ' *(SuperOps.ai)* என்ற ஸ்டார்ட்அப் நிறுவனத்தை இவர் தொடங்கினார். ஆரம்பித்த நான்கே ஆண்டுகளில் அது 400 சதவீத வளர்ச்சியை எட்டி இருக்கிறது. இதுவரையில், 30 மில்லியன் டாலர் (ரூ.250 கோடி) நிதி திரட்டி இருக்கிறது.

அர்விந்த் பார்த்திபன்

அர்விந்த் பார்த்திபன் சோஹோ நிறுவனத்தில் மார்க்கெட்டிங் பிரிவில் தன் பணியைத் தொடங்கியவர். அங்கு பெற்ற அனுபவத்தின் அடிப்படையில் 2014-ம் ஆண்டு, மார்க்கெட்டிங் சார்ந்து ஷார்கெட் (Zarget) ஸ்டார்ட்அப் நிறுவனத்தைத் தொடங்கினார். 2017-ம் ஆண்டு அந்நிறுவனத்தை ஃப்ரெஷ்வொர்க்ஸ் (freshworks) நிறுவனம் வாங்கியது. சூப்பர்ஆப்ஸ்.ஏஐ அவரது இரண்டாவது ஸ்டார்ட்அப்.

அர்விந்த் பார்த்திபன் தொழில்முனைவராக மட்டுமல்ல, SaaS மார்க்கெட்டிங்கில் முக்கிய ஆளுமையாகவும் அறியப்படுபவர். இந்திய அளவில் SaaS துறையினருக்கு மார்க்கெட்டிங் குறித்து பயிற்றுவிக்கும் பணியிலும் ஈடுபட்டு வருகிறார்.

மென்பொருள் துறையில் ஜாம்பவானாக திகழும் சேல்ஸ்போர்ஸ் எனும் அமெரிக்க நிறுவனத்துக்கு எதிராக ஃப்ரெஷ்வொர்க்ஸ் நிறுவனம் மேற்கொண்ட விளம்பரப் பிரச்சாரம் அத்துறையினர் மத்தியில் மிகவும் பிரபலமான ஒன்று. அந்த விளம்பர உத்திக்கு மூளையாக செயல்பட்டவர் அர்விந்த் பார்த்திபன். சென்னை ராஜீவ் காந்தி சாலையில் அமைந்திருக்கும் அவரது அலுவலகத்தில், ஒரு மாலை வேளையில் அவரைச் சந்தித்தேன்...

தொழில்முனைவராக வேண்டும் என்ற எண்ணம் எப்போது வந்தது?

என் அப்பா ஒசூரில் பல்புகளுக்கான டங்ஸ்டன் தயாரிக்கும்

நிறுவனத்தை நடத்தி வந்தார். 1990-களின் தொடக்க காலகட்டம் அது. தன்னுடைய சொந்த கிராம மக்களை அழைத்து வந்து நிறுவனத்தில் வேலைக்கு அமர்த்தினார். பிற்பாடு சில காரணங்களால் நிறுவனம் நஷ்டம் அடைந்தது. இதனால் நிறுவனத்தை மூடி விட்டார்.

ஒவ்வொரு பொங்கலுக்கும் குடும்பத்துடன் சொந்த ஊருக்குச் செல்வோம். ஊர் மக்கள் என்னிடம், "உன் அப்பாவால்தான் இந்த வாழ்க்கை. அவர் கற்றுத்தந்தத் தொழிலால்தான் எங்கள் குடும்பம் மேம்பட்டிருக்கிறது" என்று நன்றியுணர்வுடன் சொல்வார்கள். என் அப்பாவின் நிறுவனத்தில் டங்ஸ்டன் தயாரிப்பு நுணுக்கங்களை கற்றுக்கொண்டதால், அக்கிராம மக்களால் வெளிமாநிலங்களுக்குச் சென்று அங்குள்ள நிறுவனங்களில் வேலை பெற முடிந்தது.

என்னுடைய அப்பாவின் நிறுவனம் தோல்வி அடைந்தாலும், அவர் கற்றுத்தந்த தொழில் நுணுக்கங்கள் - இதை ஆங்கிலத்தில் know-how என்பார்கள் - அந்த ஊரில் பெரும் மாற்றத்தை ஏற்படுத்தி இருந்ததை உணர்ந்தேன். சமூகத்தில் இப்படி ஒரு தாக்கத்தை ஏற்படுத்த நாமும் அப்பா போல் தொழில்முனைவராக வேண்டும் என்ற எண்ணம் எனக்கு உருவானது.

சோஹோ நிறுவனத்தில் 10 ஆண்டுகள் மார்க்கெட்டிங் பிரிவுத் தலைமையாக இருந்த நீங்கள், வேலையை விட்டுவிட்டு ஸ்டார்ட்அப் தொடங்கலாம் என்ற முடிவுக்கு எப்போது வந்தீர்கள்?

நான் தொழில்முனைவராக ஆக வேண்டும் என்ற எண்ணத்தில்தான் சோஹோ நிறுவனத்தில் வேலைக்குச் சேர்ந்தேன். பொதுவாக, சர்வீஸ் நிறுவனங்களை விடவும் ப்ராடெக்ட் நிறுவனங்களில் நாம் நிறையக் கற்றுக்கொள்ள முடியும். சோஹோவில் அதற்கான வாய்ப்புகள் எனக்கு அமைந்தன.

2011-ல், கிரிஷ் மாத்ருபூதம் சோஹோவிலிருந்து விலகி ஃப்ரெஷ்வொர்க்ஸ் நிறுவனத்தைத் தொடங்கினார். அதைத் தொடர்ந்து, நானும் சொந்தமாக ஸ்டார்ட்அப் தொடங்க வேண்டும் என்ற எண்ணத்தில் இருப்பதை கிரிஷிடம் சொன்னேன். அவரும் அதில் முதலீடு செய்ய முன்வந்தார். அப்படி தொடங்கப்பட்டதுதான் 'ஷார்கெட்'.

மூன்று ஆண்டுகள் கழித்து ஷார்கெட்டை ஃப்ரெஷ்வொர்க்ஸே வாங்கியது. அதன் பிறகு ஃப்ரெஷ்வொர்க்ஸ் நிறுவனத்திலேயே மார்க்கெட்டிங் பிரிவு தலைமைப் பொறுப்பை ஏற்றேன். நாட்கள் ஓடிக்கொண்டிருந்தன. என் மனதிலோ புதிதாக நிறுவனம் தொடங்க

வேண்டும் என்ற எண்ணம் தீவிரமடைந்து கொண்டிருந்தது.

இந்த சமயத்தில்தான் கரோனா பரவல் ஆரம்பித்தது. அது என் முன் ஒரு புதிய வாய்ப்பைக் காட்டியது. கரோனாவுக்குப் பிறகு, எம்எஸ்பி (managed service provider) நிறுவனங்களுக்கான தேவை அதிகரித்த நிலையில், அதுசார்ந்த தயாரிப்புகளை உருவாக்கலாம் என்று முடிவு செய்து நானும், முன்பு என்னுடன் சோஹோவில் வேலைபார்த்த நண்பர் ஜெயக்குமாரும் இணைந்து சூப்பர்ஆப்ஸ் நிறுவனத்தை தொடங்கினோம்.

இந்திய அளவில் SaaS மார்க்கெட்டிங் சார்ந்து பயிற்றுவித்து வருகிறீர்கள். எளிமையாகச் சொல்லுங்கள், மார்க்கெட்டிங் என்றால் என்ன?

உதாரணத்துக்கு, நீங்கள் ஒரு ஐஸ்கிரீம் தயாரிப்பு நிறுவனத்தை தொடங்குகிறீர்கள். ஐஸ்கிரீம் என்பது ப்ராடெக்ட். தரமான ஐஸ்கிரீமை தயாரிப்பது ப்ராடெக்ட் அணியின் வேலை. அந்த ஐஸ்கிரீமை விற்பது விற்பனை அணியின் வேலை. ஆனால், அந்த விற்பனை எளிதில் நடந்துவிடாது. முதலில் உங்கள் ஐஸ்கிரீமின் இருப்பை வாடிக்கையாளர்களிடம் அறிவிக்க வேண்டும். அதன் தேவையை அவர்களிடம் உணர்த்த வேண்டும். இதுதான் மார்க்கெட்டிங்.

ஐஸ்கிரீமை தெருத்தெருவாக சைக்கிளில் கொண்டு சென்றும் விற்கலாம். பெட்டிக் கடை, சூப்பர் மார்க்கெட் மூலமும் விற்கலாம். தனியே ஐஸ்கிரீம் பார்லர் போடலாம். 5 ஸ்டார் ஓட்டலிலும் விற்கலாம்.

ஐஸ்கிரீமை யாருக்கு விற்கப் போகிறோம், எந்த இடத்தில் விற்க வேண்டும், எவ்வளவு விலை வைக்க வேண்டும், எப்படி பேக்கேஜ் செய்ய வேண்டும் என்று ஆய்வு செய்வதும், உங்கள் தயாரிப்பின் தனித்துவத்தை சரியாக பொசிஷனிங் செய்வதும் முக்கியமான மார்க்கெட்டிங் செயல்பாடுகள். இன்று உலகமெங்கும் அமெரிக்கா, ஜெர்மனி, ஜப்பான் தயாரிப்புகள் ஆதிக்கம் செலுத்துவதற்கு அவர்களின் மார்க்கெட்டிங் உத்திதான் காரணம்.

இதில் சுவாரஸ்யம் என்னவென்றால், இந்தக் காலகட்டத்தில் மார்க்கெட்டிங் என்பது நிறுவனத்துடன் மட்டும் சுருங்கிவிடக் கூடியது அல்ல. ஒவ்வொரு தனிநபரும் தங்கள் துறையில் முன்னகர்ந்து செல்வதற்கு மார்க்கெட்டிங் கற்றுக்கொள்வது அவசியம். உங்களிடம் நிறைய திறன்கள் இருக்கலாம், தீவிரமான உழைப்பு இருக்கலாம். ஆனால், அவற்றை முறையாக சந்தைப்படுத்த தெரியாவிட்டால் உங்களால் வளர்ச்சியடைய முடியாது.

நீங்கள் செல்லும் இடங்களில் அடிக்கடி குறிப்பிடும் வார்த்தை *know-how*. அதைப் பற்றி விளக்க முடியுமா?

நம் சமூகத்தை அடுத்த கட்டத்துக்கு ஒன்று எடுத்துச் செல்லும் என்றால், அது நாம் கற்றுக்கொள்ளும் know-how தான். காஞ்சிபுரம் பட்டுப்புடவை உலகம் முழுவதும் பிரபலம். அங்குள்ள நெசவாளர்களுக்கு தரமான தனித்துவமான பட்டுப்புடவை உருவாக்குவதற்கான நுணுக்கம் தெரிந்திருக்கிறது. அதுதான் know-how. அதாவது, ஒன்றை உருவாக்குவதற்கான செய்முறையைக் கற்றுக்கொள்வது. காஞ்சிபுரத்தில் அந்தச் செய்முறை தலைமுறை தலைமுறையாக கடத்தவும்படுகிறது. அதனால், அப்பகுதியில் பட்டுப்புடவை சார்ந்து தொழில் வாய்ப்புகள் உருவாகின்றன. இது ஒரு உதாரணம்.

ஜப்பான், தென்கொரியா, அமெரிக்கா, ஜெர்மனி, சீனா ஆகிய நாடுகள் நவீன தொழில்நுட்ப கண்டுபிடிப்புகளில் முன்னிலையில் இருப்பதற்கு அவர்களது know-how தான் காரணம். இன்று தமிழ்நாடு SaaS துறையின் தலைநகராக மாறியுள்ளது என்றால், அதற்குக் காரணம், நாம் மென்பொருள் தயாரிப்பு தொழில்முறையைக் கற்றுக்கொண்டதுதான்.

இதுபோல், ஐடி மட்டுமல்லாது இயந்திர வடிவமைப்பு, செமிகண்டக்டர் தயாரிப்பு, ஏஐ என பல துறைகளிலும் செய்முறை அறிவை தமிழ்நாடு பெற வேண்டும்.

உங்களின் இத்தனை ஆண்டு ஸ்டார்ட்அப் பயணத்தில் நீங்கள் கற்றுக்கொண்ட வாழ்க்கைப் பாடம் என்ன?

நம் கட்டுப்பாட்டில் உள்ள விஷயங்களை மட்டுமே நம்மால் தீர்க்க முடியும். கட்டுப்பாட்டில் இல்லாத விஷயங்கள் குறித்து கவலைப்படக் கூடாது. பிரச்சினைகள் குறித்து புலம்பிக்கொண்டே இருக்கக் கூடாது. முன்னகர்ந்து செல்வதற்கான வழியில் மட்டுமே நாம் கவனம் செலுத்த வேண்டும். நல்ல மனிதர்களை சம்பாதித்துக்கொள்ள வேண்டும். பணத்தை விடவும் நல்ல உறவுகள் முக்கியம் என்பது நான் கற்றுக்கொண்ட முக்கியமான பாடம்.

●

5

சாதாரண குடும்பத்திலிருந்து வந்தவர் ரூ.5,000 கோடி நிறுவனத்தை கட்டியெழுப்பிய கதை

◆ Thyrocare **வேலுமணி**

1996-ம் ஆண்டில் ரூ.2 லட்சம் முதலீட்டில் தைரோகேர் நிறுவனத்தை ஆரம்பித்தார் ஆரோக்கியசாமி வேலுமணி. 2021-ல் அந்த நிறுவனத்தை விற்றார். எவ்வளவுக்குத் தெரியுமா? ரூ.5,000 கோடிக்கு.

இந்திய ஹெல்த்கேர் ஸ்டார்ட்அப் நிறுவனங்களுக்கு 'தைரோகேர்' (Thyrocare) ஒரு முன்னோடி நிறுவனம். மும்பையில் ஒரே ஒரு ஆய்வகத்தைக் கொண்டு நாடு முழுவதும் அது தைராய்டு பரிசோதனைகளை வழங்கியது. அந்த சமயத்தில், இந்திய மருத்துவ பரிசோதனைத் துறையில் இது முன்னுதாரணமற்ற முயற்சி. அதுவும் மற்ற நிறுவனங்களை விட மிகக் குறைந்த விலையில் தைரோகேர் சேவை வழங்கியது.

வேலுமணிக்கு எந்தத் தொழில்பின்புலமும் கிடையாது. கோயம்பத்தூரில் சாதாரண விவசாயக் குடும்பத்தில் பிறந்தவர். கல்லூரியில் வேதியியலில் பட்டம் பெற்றுவிட்டு, மும்பையில் உள்ள பாபா அணு ஆராய்ச்சி மையத்தில் விஞ்ஞானியாக பணிபுரிந்துவந்தார்.

தைராய்டு பரிசோதனை தொடர்பான ஆராய்ச்சியில் ஈடுபட்டுவந்த அவர், அதில் உள்ள தொழில்வாய்ப்புகளை உணர்ந்ததும் தனது மத்திய

அரசு வேலையை உதறிவிட்டு, சொந்தமாக நிறுவனம் தொடங்கினார். அப்போது அவருக்கு வயது 37.

சாதாரண குடும்பப் பின்புலத்திலிருந்து வந்த ஒருவர், ரூ.2 லட்சம் முதலீட்டில் தொடங்கப்பட்ட நிறுவனத்தை, 25 ஆண்டுகளில் ரூ.5,000 கோடி மதிப்புமிக்க நிறுவனமாக மாற்றியதற்கு பின்னிருக்கும் கதைதான் என்ன?

அவருடன் உரையாடினேன்.

உங்கள் இளைமைப் பருவம் எப்படிப்பட்டது? அப்போதே உங்களிடம் தொழில்முனைவுச் சிந்தனை இருந்ததா?

வாழ்ந்துகெட்ட குடும்பம். அப்பா மூலம் எந்த வருமானமும் கிடையாது. பட்டினி இல்லாமல் வாழ வேண்டும் என்பதுதான் அம்மாவின் ஒரே லட்சியமாக இருந்தது. யாராவது நம்மை மேலே தூக்கி விடுவார்கள் என்ற சூழல் கிடையாது. இதனால், என்னுடைய பத்து வயதிலேயே குடும்பத்தை கவனித்துக்கொள்ளும் பொறுப்பு எனக்கு வந்துவிட்டது.

படிப்பு வழியாகவே பொருளாதார நெருக்கடியிலிருந்து மீள முடியும் என்று நம்பினேன். அரசினர் நல விடுதியில்தான் தங்கி படித்தேன். புத்தகம் வாங்க பணம் கிடையாது. நூலகம் சென்று படித்து கணக்கு பாடத்தில் 200 மதிப்பெண் எடுத்தேன். அது எனக்கு என் மீதான நம்பிக்கையை அதிகரித்தது.

கல்லூரி முடித்துவிட்டு பல இடங்களுக்கு விண்ணப்பித்தேன். 4 வருடங்கள் நிரந்தர வேலை இல்லாமல் அலைந்தேன். ஆனால், நான் இப்படியே இருந்துவிட மாட்டேன். விரைவிலேயே எல்லாம் மாறும் என்ற நம்பிக்கை என்னுள் ஆழமாக இருந்தது.

வாராவாரம் நூலகம் செல்வது வழக்கம். அப்போது டைம்ஸ் ஆஃப் இந்தியா பத்திரிகை மும்பையிலிருந்து வரும். ஒவ்வொரு புதன்கிழமை அதில் வேலைவாய்ப்பு விளம்பரங்கள் இடம்பெறும். கையில் தபால் அட்டைகளுடன் நூலகத்துக்குச் செல்வேன். வேதியியல் படிப்புக்கு எங்கெல்லாம் வேலை கேட்டிருக்கிறார்களோ அங்கெல்லாம் அனுப்புவேன்.

ஒருநாள் மும்பையில் உள்ள பாபா அணு ஆராய்ச்சி மையத்திலிருந்து பதில் வந்தது. என்னை நேர்காணலுக்கு அழைத்திருந்தார்கள். நான் எதிர்பார்க்கவே இல்லை. கையில் ரூ.500 பணத்துடன் மும்பைக்கு ரயில் ஏறினேன். நல்வாய்ப்பாக, அந்த வேலைக்கு நான் தேர்வானேன்.

⋂ வேலுமணி

ஆண்டு 1982. என் வாழ்க்கையில் நிகழ்ந்த முதல் திருப்பம் எனக்கு வேலை கிடைத்ததுதான். அந்த அரசுப் பணி, அதுவரையில் நான் அனுபவித்துவந்த பொருளாதார நெருக்கடியிலிருந்து என்னை விடுவித்தது. அந்த சமயத்தில் எனக்கு தொழில்முனைவு சிந்தனை கிடையாது. மாதசம்பளம் கிடைத்தால் போதும் என்ற நிலையிலேயே இருந்தேன்.

எந்தப் புள்ளியில் அரசு வேலையை விட்டுவிட்டு சொந்தமாக நிறுவனம் தொடங்கலாம் என்ற முடிவுக்கு வந்தீர்கள்?

என்னுடைய பணி சார்ந்து நான் ஒரு ஆய்வு மேற்கொள்ள வேண்டி இருந்தது. அந்தக் காலகட்டத்தில் இந்தியா தைராய்டு பரிசோதனைக்கான மருத்துவ உபகரணங்களை வெளிநாடுகளிலிருந்தே இறக்குமதி செய்து வந்தது. அதை உள்நாட்டில் தயாரிப்பதற்கான சாத்தியத்தை ஆராய்வதே என் ஆய்வின் நோக்கம்.

அந்த ஆய்வு எனக்கு பெரும் வாய்ப்பை அளித்தது. இந்தியாவில் மிகக் குறைந்த விலையில் தைராய்டு பரிசோதனையை செய்ய முடியும் என்பதை அந்த ஆய்வுப்பயணத்தில் கண்டுகொண்டேன். தைராய்டு பரிசோதனையில் உள்ள தொழில் சாத்தியத்தை உணர்ந்ததும், ஒரு முரட்டு தைரியத்தில் வேலையை விட்டு வெளியே வந்தேன்.

நாங்கள் சிக்கனமாகவே வாழ்ந்து வந்தோம். சொந்தமாக வீடு கூட வாங்கவில்லை. இதனால், கையில் பணம் இருந்தது. மனைவி வங்கியில் வேலை பார்த்துக் கொண்டிருந்தார். இதனால், பொருளாதாரரீதியாக பெரிய நெருக்கடி வந்துவிடாது என்ற நம்பிக்கை இருந்தது.

உங்களுக்கு தொழில் செயல்பாடு சார்ந்து எந்த முன் அனுபவம் கிடையாது. எப்படி நிறுவனக் கட்டமைப்பை உருவாக்கினீர்கள்?

கோவையில் அன்னபூர்ணா உணவகம் உண்டு. ஒரே இடத்தில் சமையல் செய்து அதன் மற்றக் கிளைகளுக்கு விநியோகிக்கும் நடைமுறையை கடைபிடித்து வந்தார்கள். எனக்கு இது தைராய்டு பரிசோதனை நிலையத்தை புதிய கோணத்தில் சிந்திக்க வைத்தது. மக்களிடம் ரத்த மாதிரிகளை வெவ்வேறு நிலையங்களில் பெற்று, அவை அனைத்தையும் ஒரே இடத்தில் வைத்து பரிசோதிக்கலாமே என்ற ஐடியா உதயமானது. மும்பையில் பரிசோதனை ஆய்வகத்தை அமைக்கலாம் என்ற முடிவு செய்தேன்.

மும்பையிலிருந்து சூரத், புனே, நாசிக் உள்ளிட்ட இடங்களுக்கு 3 மணி நேரம்தான் ரயில் பயணம். எனவே மக்களிடமிருந்து ரத்த மாதிரிகளை ஒரே நாளில் பெற்று அன்றைய தினமே அதை மும்பை ஆய்வகத்துக்குக் கொண்டுவந்து சோதனைசெய்து மறுநாள் ரிசல்ட் சொல்லிவிட முடியும்.

நான் நினைத்ததுபோல் அது வெற்றிகரமாக அமைந்தது. அதைத் தொடர்ந்து சென்னை, கொல்கத்தா, டெல்லியிலிருந்து அதிகபட்சம் மூன்று மணி நேர விமான பயணத்தின் மூலம் மும்பை ஆய்வகத்துக்கு ரத்த மாதிரிகளை கொண்டு வந்துவிடலாமே என்ற முயற்சியில் இறங்கினேன். அதுவும் கை கொடுத்தது.

மற்ற நிறுவனங்களின் ஆய்வகங்கள், காலையில் திறக்கப்பட்டு இரவில் மூடப்பட்டன. நான் பத்திரிகை நிறுவனங்களின் வழிமுறையைக் கையாண்டேன். பகலில் ரத்த மாதிரிகளை சேகரிப்பது, இரவில் அவற்றை பரிசோதிப்பது, மறுநாள் காலையில் பரிசோதனை முடிவை விநியோகிப்பது. இந்தப் புதிய அணுகுமுறைதான் தைரோகேர் நிறுவனத்தை தனித்துவப்படுத்தி வளர்ச்சிப் பாதைக்கு கொண்டு சென்றது.

அதேபோல், புதியவர்களை மட்டுமே வேலைக்கு எடுக்க வேண்டும் என்பதை ஒரு கொள்கையாகக் கொண்டிருந்தேன். வேலைக்கு புதியவர்களை எடுத்து பயிற்சி வழங்கினால், அத்துறையில் நீண்ட கால

அனுபவம் பெற்றவர்களைவிடவும் பொறுப்புடன் செயல்படுவார்கள் என்பது என் எண்ணம். தைரோகேரை விற்று வெளிவந்தபோது அதில் 25 ஆயிரம் ஊழியர்கள் வேலை பார்த்துக்கொண்டிருந்தனர்.

அந்த சமயத்தில் பெரும்பாலான நிறுவனங்கள் தைராய்டு பரிசோதனைக்கு ரூ.600 கட்டணம் வாங்கிய நிலையில், நான் வெறும் ரூ.250-க்கு பரிசோதனை செய்துகொடுத்தேன். இது மருத்துவ உலகை திரும்பிப் பார்க்க வைத்தது. மக்கள் மத்தியில் தைரோகேர் பெயர் பிரபலமடையத் தொடங்கியது.

நிறுவனத்தைத் தொடங்கும்போது, அது பங்குச் சந்தையில் பட்டியலாகும், பல்லாயிரம் கோடி மதிப்புமிக்க நிறுவனமாக உருவெடுக்கும் என்று நினைத்தீர்களா?

நிச்சயமாக இல்லை. என்னுடைய வாழ்க்கையில் நான் ஒருபோதும் பெரிய இலக்குகள் வைத்துக்கொண்டதில்லை. என்னிடம் இப்போது இருப்பதைவிட கூடுதலாக ஒரு பூஜ்ஜியத்தை சேர்ப்பதைத்தான் நான் எப்போதும் இலக்காகக் கொண்டிருந்தேன்.

ரூ.10 லட்சம் சொத்து மதிப்பு இருந்தபோது என்னுடைய இலக்கு இதை எப்படி ரூ.1 கோடியாக மாற்றுவது. ரூ.1 கோடியை அடைந்த பிறகு அடுத்த இலக்கு இதை எப்படி ரூ.10 கோடியாக மாற்றுவது. இப்படியே பயணப்பட்டுதான் ரூ.5,000 கோடிக்கு வந்தடைந்தேன்.

நிறுவனத்தை விற்க என்ன காரணம்?

என் மனைவியும் நானும் இணைந்து உருவாக்கிய நிறுவனம் இது. 2016-ம் ஆண்டு நிறுவனத்தைப் பங்குச் சந்தையில் பட்டியலிடும் முயற்சியில் இறங்கி இருந்தேன். இந்தச் சமயத்தில் என் மனைவி இறந்துபோனார்.

அவரது மறைவு என்னை மிகவும் பாதித்தது. அப்போதே நிறுவனத்தை விற்கலாம் என்று தோன்றியது. எனினும், கொஞ்சம் காத்திருக்க முடிவு செய்தேன். கரோனா வந்தது. கரோனா பரிசோதனையில் நாங்கள் முன்னின்று செயல்பட்டோம். இதனால், ரூ.450 என்று இருந்த எங்கள் பங்கு மதிப்பு ரூ.1,200-ஆக உயர்ந்தது.

இந்த சமயத்தில் 'பார்ம்ஈசி' (PharmEasy) நிறுவனம் என்னை அணுகியது. எனக்கும் வயதாகிறது. நிறுவனமும் பெரிய அளவில் வளர்ந்து கொண்டிருந்தது. பிள்ளைகளுக்கும் நிறுவனத்தை நடத்துவதில் ஆர்வம் இல்லை. இந்நிறுவனத்தை தொடர்ந்து நல்ல முறையில்

நடத்தும் நிறுவனத்திடம் கொடுப்பதே சரியான முடிவாக இருக்கும் என்று தோன்றியது.

இதனால், பார்ம்ஈசி நிறுவனத்துக்கு தைரோகேரை விற்க முடிவெடுத்தேன். நண்பர்களிடம் நான் விளையாட்டாக சொல்வதுண்டு: என்னுடன் பாபா அணு ஆராய்ச்சி நிறுவனத்தில் வேலை பார்த்தவர்கள் ரூ.5 கோடியுடன் ஓய்வு பெற்றபோது, நானோ ரூ.5,000 கோடியுடன் ஓய்வு பெற்றேன்.

உங்கள் 25 ஆண்டுகால தொழில்முனைவுப் பயணத்தில் நீங்கள் கற்றுக்கொண்ட பாடம் என்ன?

நடக்கத் துணிந்தால்தான் பாதை தெரியும். பாதை தெரிந்தால்தான் நடப்பேன் என்று சொன்னால், நம்மால் எங்கும் செல்ல முடியாது. எனவே, தைரியமாக செயலில் இறங்க வேண்டும். அது நம்மை வழிநடத்தும். செயலின்மை நம்மை முடக்கிவிடும். ஊழியர்களை மரியாதையுடன் நடத்த வேண்டும் என்பது நான் உணர்ந்துகொண்ட அடிப்படைப் பாடம். ஊழியர்களை மரியாதையுடன் நடத்தினால், அவர்களும் நேர்மையாக நடந்துகொள்வார்கள். குறைந்த விலையில் சேவை வழங்குங்கள். ஒருபோதும் தோல்வியடைய மாட்டீர்கள்!

●

6

மூச்சை சீராக்குங்கள்;
உங்கள் பாதை தெளிவடையும்

◆ Ampere மின்வாகன நிறுவனர் **ஹேமா அண்ணாமலை**

அமெரிக்க நிறுவனமான ஜெனரல் மோட்டார்ஸின் சிஇஓ-வாக மேரி பாரா 2014-ம் ஆண்டு நியமிக்கப்பட்டார். அவரது நியமனம் பெரிய அளவில் பேசப்பட்டது. காரணம், நவீன வாகனத் துறையின் 150 ஆண்டுகால வரலாற்றில் முதல் பெண் சிஇஓ அவர்தான். உலக அளவில் வாகனத் துறையில் தலைமை பொறுப்பு வகிக்கும் பெண்களின் எண்ணிக்கை மிக மிகக் குறைவு. விரல்விட்டு எண்ணிவிடலாம். முற்றிலும் ஆண்கள் ஆதிக்கம் மிகுந்த துறை அது. இப்படியான சவால்களுக்கு மத்தியில், ஹேமா அண்ணாமலை 2008-ம் ஆண்டு, கோயம்புத்தூரை தலைமையிடமாகக் கொண்டு 'ஆம்பியர்' மின்வாகன நிறுவனத்தைத் தொடங்கினார். இன்று உலகமே மின்வாகனத்தை நோக்கி நகர்ந்து வருகிறது. ஆனால், 15 ஆண்டுகளுக்கு முன்னால் நிலைமை வேறு. மின்வாகனங்கள் மீது மக்கள் ஆர்வம் கொண்டிராத காலகட்டம் அது.

இத்தகைய ஒரு சூழலில், ஆம்பியர் நிறுவனத்தை தொடங்கிய ஹேமா அண்ணாமலை, பல்வேறு தடைகளைக் கடந்து, பத்து ஆண்டுகளுக்குள்ளாக இந்தியாவில் கவனிக்கப்படும் இருசக்கர மின்வாகன தயாரிப்பு நிறுவனங்களில் ஒன்றாக அதை மாற்றிக்காட்டினார். ரத்தன் டாடா, கிருஷ் கோபாலகிருஷ்ணன் உள்ளிட்டோர் ஆம்பியர் நிறுவனத்தில் முதலீடு செய்தனர்.

2019-ம் ஆண்டு ஆம்பியரை கிரீவ்ஸ் காட்டன் நிறுவனம் வாங்கியது. அதைத் தொடர்ந்து வேளாண் துறையில் கவனம் செலுத்த ஆரம்பித்த ஹேமா அண்ணாமலை, 2022-ம் ஆண்டு 'கிரீன் காலர் அக்ரிடெக் சொல்யூசன்' என்ற வேளாண் ஸ்டார்ட்அப் நிறுவனத்தைத் தொடங்கினார்.

ஹேமா அண்ணாமலையின் ஆம்பியர் பயணம், 'சூரரைப் போற்று' திரைப்படத்தை நினைவூட்டக்கூடியது. தன்னுடைய இந்தப் பயணத்தை 'தடைகளைத் தகர்த்து' என்ற நூலாக எழுதியுள்ளார்.

தன்னுடைய ஸ்டார்ட்அப் பயணத்தில் அவர் கற்றுக்கொண்ட பாடம் என்ன? அவருடன் உரையாடினேன்...

உங்கள் குடும்பப் பின்புலம் என்ன? அடிப்படையில் மென்பொருள் பொறியாளரான நீங்கள் எப்படி, வாகனத் துறை நோக்கி வந்தீர்கள்?

என்னுடைய சொந்த ஊர் சேலம் மாவட்டம் திருச்செங்கோடு. அப்பா கல்லூரி பேராசிரியர். அம்மா பள்ளி ஆசிரியர். பணபலமிக்க குடும்பம் இல்லை. நடுத்தர வர்க்கம்தான்.

என்னோடு சேர்ந்து 6 பிள்ளைகள். அதில் 5 பெண் குழந்தைகள். கடைசிப் பெண் குழந்தை நான்தான். எனக்கு நல்ல கல்வி கொடுக்க வேண்டும் என்று என் அம்மாவும் அப்பாவும் விரும்பினார்கள். தரமான பள்ளியில் சேர்த்தார்கள். பள்ளிப் படிப்பு முடிந்து, கோயம்புத்தூர் அரசு தொழில்நுட்பக் கல்லூரியில் இடம் கிடைத்தது. அங்கு பட்டம் பெற்று வெளியே வந்தேன். விப்ரோவில் வேலை கிடைத்தது. ஐந்து ஆண்டுகள் அங்கு வேலை பார்த்தேன். அதன் பிறகு ஆஸ்திரேலியாவில் மேற்படிப்புப் படிக்க உதவித்தொகை கிடைத்தது. அந்த சமயத்தில் எனக்கு திருமணம் ஆகி இருந்தது.

என் கணவர் குக்கிராமத்திலிருந்து வந்தவர். தொழில்முனைவில் மிகத் திறமைமிக்கவர். அவர் வழியாகவே, எனக்கு தொழில்முனைவு சிந்தனை வந்தது. 2000-ம் ஆண்டுகளின் தொடக்கத்தில் சின்னச் சின்னதாக ஸ்டார்ட்அப் நிறுவனங்கள் தொடங்கி நடத்த ஆரம்பித்தேன். அவை அனைத்தும் சேவைத் துறை சார்ந்தவை. ஒருமுறை ஜப்பானில் வாகனத் துறை சார்ந்து கருத்தரங்கு ஏற்பாடு செய்யப்பட்டிருந்தது. என் கணவரும், நானும் கலந்து கொண்டோம். அப்போது டொயோட்டா நிறுவனத்தைச் சேர்ந்த ஒருவர் உரையாற்றுகையில்,"ஐசி இன்ஜினின் காலம் முடிவுக்கு வந்துவிட்டது. இனி மின்வாகனங்கள்தான் உலகில் புழங்கப்போகின்றன" என்றார்.

ஹேமா அண்ணாமலை

அவரது உரை எனக்கு பெரும் திருப்பமாக அமைந்தது. அதுவரையில் மென்பொருள் துறையில் புழங்கிவந்த எனக்கு, அவரது உரையைக் கேட்டப் பிறகு, மின்வாகனம் சார்ந்து செயல்பட வேண்டும் என்ற ஆர்வம் ஏற்பட்டது. அது குறித்து தொடர்ந்து படிக்க ஆரம்பித்தேன். அந்த சமயத்தில், ஏனைய நாடுகள் மின்வாகனத் தயாரிப்பில் முன்னால் சென்று கொண்டிருந்தன. இந்தியா தொடக்க நிலையில் இருந்தது. மிகக் குறைந்த விலையில், உள்ளூர் பயன்பாட்டுக்கு ஏற்ற வகையில் இருசக்கர மின்வாகனத்தை உருவாக்குவோம் என்று முடிவு செய்தேன். என் கணவர் மின்னணு பொறியாளர். அவருடைய வழிகாட்டுதல் எனக்கு உதவியாக இருந்தது. இப்படித்தான் என்னுடைய ஆம்பியர் பயணம் தொடங்கியது.

உங்கள் பயணத்தில் மிக மோசமான காலகட்டம் எது, அதை எப்படி சமாளித்தீர்கள்?

நாங்கள் ஆரம்பத்தில் உள்ளூரில் தயாரிக்கப்பட்டுவந்த முன்னணி பிராண்ட் பேட்டரியை எங்கள் மின் வாகனங்களில் பயன்படுத்திவந்தோம். அந்தப் பேட்டரிகளின் செயல்திறன் 6 மாதங்களிலேயே குறைய ஆரம்பித்தது. மின்வாகனங்களுக்கு அடிப்படையே பேட்டரிதான். அதுவே பழுதடைகிறதென்றால், நிறுவனம் மீது வாடிக்கையாளர்கள் நம்பிக்கை இழக்க ஆரம்பித்துவிடுவார்கள். எங்கள் வாகன விற்பனை

கேள்விக்குறியானது. பல விநியோகஸ்தர்களை இழந்தோம். இந்த சமயத்தில் என் கணவர் எனக்கு உறுதுணையாக இருந்தார். புதிய பேட்டரிகளை வாங்கி அவற்றை வண்டியில் ஏற்றிக் கொண்டு, ஒவ்வொரு விநியோகஸ்தர்களையும் தேடிப் போய், பழைய பேட்டரிகளுக்குப் பதிலாக புதிய பேட்டரிகளை மாற்றிக்கொடுத்தோம். இதனால், விநியோகஸ்தர்களின் நம்பிக்கையை மீட்டெடுத்தோம்.

அதேபோல் தமிழ்நாட்டில் நாளொன்றுக்கு 16 மணி நேரம் மின் தடை நிலவிய சமயத்தில் நொந்துவிட்டோம். மின்சாரம் இல்லையென்றால், யார் மின்வாகனம் வாங்குவார்கள். எப்படியோ, அந்தச் சூழலையும் சமாளித்து மேலெழுந்தோம். அடுத்ததாக, நிதிநெருக்கடி எங்களுக்கு மிகப் பெரிய சோதனையாக அமைந்தது. ஒரு வெளிநாட்டு நிறுவனம், எங்களுக்கு வழங்கிய முதலீட்டை திரும்பக் கோரியது. இந்தச் சூழலில், மத்திய அரசு மாற்று எரிசக்தி கட்டமைப்பை ஊக்குவிக்க வழங்கி வந்த மானியத்தை திடீரென்று நிறுத்தியது. இதனால், மிகுந்த நிதி நெருக்கடிக்கு உள்ளானோம். ஊழியர்களுக்கு சம்பளம் கொடுக்கக் கூட பணம் இல்லை. கடன் கழுத்தை நெரித்தது என்பார்களே அப்படியான ஒரு சூழல்.

நிறுவனத்தை மூடிவிட்டு செல்வதுதான் ஒரே தீர்வு என்று சொன்னார்கள். நான் நிறுவனத்தை மூடக்கூடாது என்பதில் மிகவும் உறுதியாக இருந்தேன். என் வாழ்நாள் சம்பாத்தியம், சொத்து, நகை என என்னிடம் இருந்த அனைத்தையும் இந்த நிறுவனத்துக்காக போட்டிருக்கிறேன். இந்த நிறுவனத்தை கைவிட்டுவிட்டால் எங்கள் உழைப்பு அனைத்தும் வீணாகிவிடும். நான் இறை நம்பிக்கை உடையவள். இந்த மாதிரியான சமயத்தில் நான் இறைவனிடம் தஞ்சம் அடைந்துவிடுவேன். சீக்கிரமே, நிலைமை மாறியது. இறைவன் ஒரு வழியைக் காட்டினார். ரத்தன் டாடா.

ஆமாம். ஆம்பியர் என்றால் கூடவே ரத்தன் டாடாவும் நினைவுக்கு வருகிறார். எப்படி ரத்தன் டாடாவிடமிருந்து முதலீடு பெற்றீர்கள்?

ரத்தன் டாடா ஒரு நிகழ்ச்சிக்காக கோயம்புத்தூர் வருவதாக கேள்விப்பட்டேன். எப்படியாவது அவரைச் சந்தித்து, ஆம்பியர் நிறுவனத்தைப் பற்றி எடுத்துச் சொல்லிவிட வேண்டும் என்று முடிவு செய்தேன். இணையத்தில் டாடா நிறுவனத்தின் மின்னஞ்சல் முகவரி இருந்தது. அதற்கு ஒரு மின்னஞ்சல் செய்தேன். அதை ரத்தன் டாடா பார்ப்பாரா இல்லையா என்பதெல்லாம் தெரியாது. ஒரு நம்பிக்கையில் அனுப்பினேன். அதன் பிறகு, ரத்தன் டாடாவின் உதவியாளர் நம்பரை தேடிப்பிடித்தேன். அவர் சொன்னார், "ஹேமா, உங்களுடைய மின்னஞ்சல்

எங்களுக்குக் கிடைத்தது. டாடா விரைவில் பதிலளிப்பார்." அது எனக்கு பெரும் நம்பிக்கை அளித்தது. அவர் சொன்னது போலவே, பதில்வந்தது. "டிசம்பர் மாதம் டாடா கோவை வருகிறார். அவருடனான சந்திப்புக்கு 10 நிமிடம் உங்களுக்கு ஒதுக்கி இருக்கிறோம்."

10 நிமிடத்துக்குள் அவரிடம் நிறுவனத் தைப் பற்றி விளக்கிவிட வேண்டும். இதனால், எங்கள் நிறுவன தயாரிப்பு, யாரெல்லாம் அவற்றை பயன்படுத்துகிறார்கள் என்பவற்றை புகைப்பட ஆல்பமாக எடுத்துச் சென்றேன். டாடா அவற்றை ஆர்வமாக பார்வையிட்டார். "சார், எங்கள் தயாரிப்பை நீங்கள் நேரில் பார்வையிட முடியுமா" என்று கேட்டேன். "எனக்கு இப்போது வேறொரு ஒரு சந்திப்பு இருக்கிறது. அதன் பிறகு கொஞ்சம் நேரம் கிடைக்கும். நீங்கள் காத்திருக்க தயார் என்றால் நாம் பார்க்கலாம்" என்றார். சந்திப்பு முடிந்து வந்தார். நான் கொண்டு வந்திருந்த ஆம்பியர் மின்வாகனங்களைப் பார்வையிட்டார். அது அவருக்கு மிகவும் பிடித்தது. "ஹேமா எங்கள் அலுவலகத்திலிருந்து உங்களைத் தொடர்பு கொள்வார்கள்" என்று சொல்லிவிட்டுச் சென்றார். அடுத்த ஓரிரு மாதங்களில் எங்கள் நிறுவனத்தில் அவர் முதலீடு செய்தார். அந்தச் செய்தி வெளியான பிறகு, எங்கள் நிறுவனம் இந்திய அளவில் கவனம் பெற்றது. இன்போசிஸ் கிருஷ் கோபாலகிருஷ்ணனும் முதலீடு செய்தார். அதன் பிறகு ஆம்பியர் வேகமாக வளர்ச்சி காண ஆரம்பித்தது.

பொதுவாக வாகனத் துறை என்பது ஆண்கள் ஆதிக்கம் நிறைந்த துறை. ஒரு பெண்ணாக நீங்கள் எதிர்கொண்ட சவால்கள் என்ன, அதை எப்படி எதிர்கொண்டீர்கள்?

ஆரம்பத்தில் நிறுவனத்துக்கு வரும் பலர், 'சார்' எங்கே என்று கேட்பார்கள். அவர்களைப் பொறுத்தவரையில், வாகன நிறுவனம் என்றால் ஆண்கள்தான் தலைமையில் இருப்பார்கள். நான் அவர்களிடம், "இங்கு நான்தான் 'சார்'. என்ன வேண்டும் சொல்லுங்கள்" என்பேன். அதன் தொடர்ச்சியாகவே பேண்ட், சட்டைக்கு மாறினேன். எங்கள் நிறுவனத்தின் பெண்களை அதிக எண்ணிக்கை வேலைக்கு அமர்த்த ஆரம்பித்தேன். நம் சமூகத்தில் பெண்களை தலைமைப் பொறுப்புக்கு நியமிப்பதற்கு தயக்கம் நிலவுவதை தொடர்ந்து பார்க்கிறேன். பெண்களால், நிறுவனத்தை தலைமையேற்று நடத்த முடியாது என்ற பார்வை பரவலாக உள்ளது. இந்தப் பார்வையை மாற்றி அமைக்க வேண்டியது அவசியம். அனைத்துத் தொழில்முனைவோரிடமும் நான் சொல்வது இதுதான்: உங்கள் நிறுவனத்தின் பெண் தொழிலாளர்கள் எண்ணிக்கை 5 சதவீதம் இருந்தால், அதை 30 சதவீதமாகவும், 50

சதவீதம் என்றால் அதை 80 சதவீதமாகவும் மாற்றுங்கள். உங்கள் நிறுவனம் வெற்றிபெறும்.

உங்கள் தொழில்முனைவு பயணத்தில் நீங்கள் கற்றுக்கொண்ட வாழ்க்கைப் பாடம் என்ன?

எதிர்காலம் குறித்து ரொம்பவும் பயப்படக்கூடாது. நாம் இப்போது இருக்கும் நெருக்கடிச் சூழலை மனதில் வைத்து எதிர்காலமும் அப்படித்தான் இருக்கும் என்ற முடிவுக்கு வரக்கூடாது என்பதை இந்தப் பயணத்தில் ஆழமாக உணர்ந்தேன். மிகவும் நெருக்கடியான தருணங்களில், கண்ணை மூடி 15 நிமிடங்கள் அமைதியாக இருந்தால் போதும், பாதை புலப்படும். குழப்பமும், எதிர்மறையான சூழலும் நிலவும் காலகட்டத்தில் வாழ்ந்துகொண்டிருக்கிறோம். இந்தக் காலகட்டத்தில், நம் பாதையில் கவனம் சிதறாது, சிந்தையில் தெளிவுடன் பயணிக்க வேண்டுமென்றால் யோகாவும், தியானமும் அவசியம் என்பதை அனுவப்பூர்வமாக உணர்ந்துள்ளேன். அவற்றை செய்யும்போது, நான் பிரபஞ்சத்துடன் ஒன்றுகிறேன். என் மூச்சு சீராகிறது. என்னுள் பெரும் ஆற்றல் ஊற்றெடுக்கிறது.

குடும்பத்தில் இணக்கமானச் சூழலை உருவாக்குவது அவசியம். குடும்பத்தில் பிரச்சினை இருந்தால், வேலையில் நம்மால் முழுமையாக கவனம் செலுத்த முடியாது. எண்ணம், சொல், செயல் மூன்றும் ஒருங்கிணைய வேண்டும். அப்படி ஒருங்கிணையும்போது, வாழ்க்கையில் நாம் எதையும் சாதிக்கலாம்.

●

7

ராயல் என்பீல்ட் மீண்ட கதை

◆ Royal Enfield சிஇஓ **பி.கோவிந்தராஜன்**

2022-23 நிதி ஆண்டில் விற்பனையான ராயல் என்பீல்ட் வாகனங்களின் எண்ணிக்கை 8 லட்சம். இதில் 1 லட்சம் பைக்குகள் வெளிநாடுகளுக்கு ஏற்றுமதியாகின. அந்நிறுவனத்தின் வருடாந்திர லாபம் ரூ.2 ஆயிரம் கோடியைத் தாண்டுகிறது. இது அந்நிறுவனம் அடைந்திருக்கும் புதிய உச்சம். ஆனால், 15 ஆண்டுகளுக்கு முன்னால் நிலைமை இப்படி இல்லை.

திரைப்படங்கள் வழியாக மக்கள் மத்தியில் ராயல் என்பீல்ட் பிரபலம் என்ற போதிலும், பெரிய அளவு விற்பனை இல்லை. ஆண்டுக்கு 20 ஆயிரம் வாகனங்கள் விற்பனையானால் அதிகபட்சம். இழுத்து மூடப்படும் நிலையில் நிறுவனம் இருந்தது. டிராக்டர் தயாரிப்பு நிறுவனமான எய்ஷர் மோட்டார் (Eicher Motors) நிறுவனர் விக்ரம் லாலின்மகன் சித்தார்த்த லால், ராயல் என்பீல்டுக்கு 2000-ம் ஆண்டு தலைமைச் செயல் அதிகாரியாக பொறுப்பேற்றார். அப்போது அவருக்கு வயது 26.

வாகனக் காதலர். பைக்கில் அன்றாடம் சுற்றுப் பயணம் மேற்கொள்வதையே வழக்கமாகக் கொண்டவர். ராயல் என்பீல்ட் நிறுவனத்தை சரிவிலிருந்து மீட்டெடுக்க வேண்டும் என்று உறுதியெடுக்கிறார். பல்வேறு கட்ட முயற்சிகளுக்குப் பிறகு, 2009-ம்

ஆண்டில், புதிய தோற்றத்தில் ராயல் என்பீல்ட் கிளாசிக் மாடல் அறிமுகம் செய்யப்படுகிறது.

இளைஞர்கள் மத்தியில் பெரும் வரவேற்பைப் பெற்ற அந்த மாடல், அடுத்த ஓரிரு ஆண்டுகளில் இந்திய வாகன உலகில் ஒரு கல்ட் (*Cult*) பைக்காக மாறுகிறது. அதுவரையில், ராயல் என்பீல்டின் வாடிக்கையாளர்கள் 45 வயதுக்குமேற்பட்டவர்களாக இருந்தனர்.

கிளாசிக் அறிமுகத்துக்குப் பிறகு ராயல் என்பீல்டின் சராசரி வாடிக்கையாளர்களின் வயது 26 ஆக மாறியது. இந்த 15 ஆண்டுகளில் இந்தியா தவிர்த்து, பிரேசில், அர்ஜென்டினா, கொலம்பியா, தாய்லாந்து உள்ளிட்ட நாடுகளில் ராயல் என்பீல்ட் ஆலைகள் திறந்துள்ளது.

ராயல் என்பீல்டின் மறுஎழுச்சி காலகட்டத்தில் சித்தார்த்த லாலுடன் சேர்ந்து பணியாற்றியவர்களில் ஒருவர் பி.கோவிந்தராஜன். மயிலாடுதுறைக்காரரர். இவரும் சித்தார்த்த லாலும் நெருங்கிய நண்பர்களும்கூட. கோவிந்தராஜனின் தனித்துவம், அவர் நிர்வாக ரீதியாக மட்டுமல்ல, வாகன தயாரிப்பு, வடிவமைப்பு சார்ந்து தொழில்நுட்ப ரீதியாகவும் ஆழ்ந்த நிபுணத்துவம் கொண்டவர்.

ராயல் என்பீல்டில் நிகழ்ந்திருக்கும் மாற்றங்களில் கோவிந்தராஜனின் பங்கு மிக முக்கியமானது. மேலாளராக தன் பணியைத் தொடங்கியவர் இன்று ராயல் என்பீல்டின் தலைமைச் செயல் அதிகாரியாக பொறுப்பு வகிக்கிறார். சென்னை சோழிங்கநல்லூரில் அமைந்திருக்கும் ராயல் என்பீல்டின் தலைமை அலுவலகத்தில், கோவிந்தராஜனை ஒரு நண்பகல் வேளையில் சந்தித்தேன்.

அவரது அறையின் ஒரு மூலையில் கிளாசிக் 500சிசி மாடலின் மினியேச்சர் வைக்கப்பட்டிருந்தது. தங்கம்போல் அது ஜொலித்துக் கொண்டிருந்தது. உரையாடல் தொடங்கியது...

ராயல் என்பீல்ட் மறுபிறப்பு எடுத்த காலகட்டம் என்று 2009-ம் ஆண்டை நாம் சொல்ல முடியும். பஜாஜ் பல்சர், டிவிஎஸ் அப்பாச்சி, யமஹா ஆர்15 ஆகிய மாடல்கள் பெரும் வரவேற்பை பெறத் தொடங்கிய காலகட்டம் அது. ஸ்போர்ட்ஸ் மாடல்கள் இளைஞர்களின் தேர்வாக இருந்தன. இத்தகைய ஒரு சூழலில்தான், முப்பது ஆண்டுகளுக்கு மேலாக சந்தையை இழந்திருந்த ராயல் என்பீல்ட், மீண்டும் களமிறங்கியது. அதுவும் ரெட்ரோ மாடலில் அறிமுகமாகிறது. ஆச்சர்யமூட்டும் விதமாக, அடுத்தடுத்த ஆண்டுகளில் ராயல் என்பீல்ட்

பி.கோவிந்தராஜன்

இந்திய வாகன உலகில் ஒரு முன்னுதாரணத்தைக் கட்டியெழுப்பியது. எப்படி இந்த மறுஎழுச்சி சாத்தியமானது?

1980-களுக்குப் பிறகு ராயல் என்பீல்ட் விற்பனை முற்றிலும் சரிந்திருந்தபோதிலும், மக்கள் மனதில் ராயல் என்பீல்ட் மீது தனி மதிப்பு இருந்தது. அதற்குக் காரணம், அதன் தனித்துவமான வடிவமைப்பு. அதேசமயம், இந்திய ராணுவத்தில் அதிகம் பயன்படுத்தப்பட்டதால், அது ராணுவத்துக்கான பைக் என்றும் பொதுப் பயன்பாட்டுக்கு ஏற்றதாக இருக்காது என்றும் ஒரு பார்வை நிலவியது.

ராயல் என்பீல்ட் விற்பனை குறைவதற்கு அதுவும் ஒரு காரணமாக இருந்தது. இந்தப் பார்வையை மாற்றும் வகையில், அனைவருக்கும்

ஏற்ற தன்மையில் வடிவமைத்தால், மீண்டும் மக்கள் ராயல் என்பீல்டை நோக்கி வருவார்கள் என்று நம்பினோம். ராயல் என்பீல்டின் ஆன்மா குறையாமல், தற்போதைய காலகட்டத்தின் தேவைக்கு ஏற்ப அதன் வடிவத்தை மாற்ற முடிவு செய்தோம்.

ராயல் என்பீல்டில் இன்ஜினில் எண்ணெய் கசிவு உள்ளிட்ட பிரச்சினைகள் இருந்தன. அந்த இன்ஜின்கள் காஸ்ட் அயனில் செய்யப்பட்டவை. நவீன சூழலுக்கு ஏற்றதாக அது இல்லை. காஸ்ட் அயன் இன்ஜின்களுக்குப் பதிலாக யுசிஇ என்றழைக்கப்படும் யுனிட் கன்ஸ்ட்ரக்சன் இன்ஜினை அறிமுகம் செய்தோம். சொல்லப்போனால், யுசிஇ வழியாகவே ராயல் என்பீல்ட் மறுபிறப்பு எடுத்தது.

அந்த இன்ஜினால் ராயல் என்பீல்டின் செயல்திறன் பலமடங்கு மேம்பட்டது. அதன் தொடர்ச்சியாக பிரேக், கியர் சிஸ்டத்தில் மாற்றங்களை கொண்டுவந்தோம். அடுத்து எங்கள் முன் இருந்த கேள்வி, ராயல் என்பீல்டில் பயணிக்கும் ஒருவருக்கு, அது என்ன உணர்வைக் கொடுக்க வேண்டும்?

மனிதன் - இயந்திரம் - நிலம். இந்த மூன்றையும் இணைக்கக்கூடியதாக ராயல் என்பீல்ட் இருக்க வேண்டும் என்பது எங்களது இலக்காக இருந்தது.

அதாவது, வேலை தவிர்த்து ஒரு மனிதன் தனக்கான ஓய்வை செலவிடுவதற்கான வாகனமாக அது இருக்க வேண்டும். ஐடி துறை அப்போது உச்சம் அடைந்திருந்தது. அன்றாடம் 9 மணி நேரம் கணினி முன் அமர்ந்து வேலை செய்யும் சூழல். வாரம் இரு நாள் விடுமுறை. இந்த விடுமுறையை அர்த்தப்படுத்தக்கூடியதாக ராயல் என்பீல்ட் இருக்க வேண்டும் என்று நினைத்தோம். அப்படியென்றால், அது சுத்தமான, கலப்படமற்ற பயண அனுபவத்தைத் தர வேண்டும்.

நிதானமாக ஓட்டுவதற்குரியதாக இருக்க வேண்டும்; பார்ப்பதற்கு ஆபரணம் போல் இருக்க வேண்டும்; ஓட்டுவதற்கு கம்பீரமாக இருக்க வேண்டும்; இவை எல்லாவற்றை உள்ளடக்கியும் அது எளிமையாக இருக்க வேண்டும். இத்தகைய அழகியல் தன்மை நிறைந்ததாக ராயல் என்பீல்டை மறுவடிவமைப்பு செய்தோம். ராயல் என்பீல்ட் புத்துயிர் பெற்றது.

ராயல் என்பீல்டின் தோற்றம் எவரையும் வசீகரிக்கக்கூடியது என்றபோதிலும், அது குறித்து ஒரு விமர்சனமும் எழுகிறது. காரணம், அதன் தோற்றத்தில் வெளிப்படும் தீவிர ஆண்தன்மை. பாலின

சமத்துவ தளத்தில் நின்று அணுகும்போது, அதன் ஆண்தன்மைமிக்க தோற்றத்தை நாம் பெருமிதத்துக்குரியதாக முன்வைக்க முடியாது. தன் வடிவமைப்பில், பாலின சமத்துவத்துவத்தை ராயல் என்பீல்ட் எந்த அளவுக்கு கருத்தில் கொள்கிறது?

புல்லட், கிளாசிக் மாடல்களில் நீங்கள் சொல்லும் ஆண்தன்மை வெளிப்படலாம். ஆனால், தண்டர்பேர்ட், ஹிமாலயன், மீட்டியர், ஹண்டர் மாடல்களில் அத்தகைய தன்மையை நீங்கள் பார்க்க முடியாது. அவற்றில் வெளிப்படுவது ராயல் என்பீல்டுக்கென்று தனித்துவமாக உள்ள ஒரு தோற்றம்.

மீட்டியர் அறிமுகத்துக்குப் பிறகு ராயல் என்பீல்ட் வாங்கும் பெண்களின் எண்ணிக்கை அதிகரித்து வருகிறது. பிரேசிலில் மீட்டியர் விற்பனையில் 20 சதவீத வாடிக்கையாளர்கள் பெண்கள்தான். தற்போது இந்தியாவிலும் பெண்கள் ராயல் என்பீல்ட் பயணம் சார்ந்து குழு அமைக்கின்றனர்.

ஒரு முன்னணி கார் நிறுவனத்தின் சமீபத்திய மாடல் ஒன்று, அப்படியே ஆடி நிறுவனத்தின் மாடலை நகல் செய்ததுபோல் இருக்கிறது. தற்போது வெளியாகும் வாகனங்களில் தனித்துவமிக்க வடிவமைப்பைப் பார்ப்பது அரிதாக உள்ளது. ராயல் என்பீல்டின் சமீபத்திய வெளியீடான ஹண்டர் மாடலில்கூட பிரபலமான பிரிட்டன் இருசக்கர வாகன நிறுவனமான டிரையம்ப் போனவில்லின் சாயலை பார்க்க முடிகிறது. போனவில்லை மனதில் கொண்டுதான் ஹண்டரை வடிவமைத்தீர்களா?

இல்லை. நாங்கள் ஒருபோதும் பிற நிறுவனங்களின் மாடல்களை நகல் செய்வதில்லை. இன்ஸ்பிரேஷன் எடுப்பதுண்டு. நகலுக்கும் இன்ஸ்பிரேசனுக்கும் இடையிலான வேறுபாட்டை புரிந்துகொள்ள வேண்டும். இன்ஸ்பிரேசன் என்பது ஒரு வடிவமைப்பில் ஏதோவொன்று உங்களுக்குதூண்டுகோலாக அமைவது.

அந்த இன்ஸ்பிரேஷசனை எடுத்துக்கொண்டு உங்கள் பாணியில் தனித்துவமான வடிவமைப்பை உருவாக்க முடியும். அப்படிப்பார்த்தால், வெஸ்பா, ஆடி, போக்ஸ்வேகன் என பல தயாரிப்புகள் எங்களுக்கு தூண்டு கோலாக இருப்பதுண்டு. வாகனங்கள் என்றில்லை, ஐபோன் டிசைன்கூட எங்களுக்கு தூண்டுகோலாக அமையும்.

ராயல் என்பீல்டின் ஸ்பீடோ மீட்டரில் உள்ள முள்ளின் வடிவமைப்பானது, ஹெலிகாப்டரின் ஸ்பீடோ மீட்டரின் வடிவமைப்பிலிருந்து தூண்டுகோல்

பெற்றது. இதை வாகனத் துறையில் ‘மூட் போர்ட்’ என்பார்கள். இதற்கும் நகல் எடுப்பதற்கும் தொடர்பில்லை. எங்களைப் பொறுத்தவரையில், எங்கள் வாகனத்தின் வடிவமைப்பு என்பது அழகியல்ரீதியாக பிரபஞ்சத்தில் நிகழும் ஒரு முன்னகர்வாக இருக்க வேண்டும்.

ஒரு புதிய மாடலுக்கான ஐடியா எப்படி உருவாகும்? ஒரு ஐடியா தயாரிப்பாக மாறுவதற்கு இடையில் உள்ள நடைமுறைகள் பற்றி பகிர்ந்து கொள்ள முடியுமா?

பொதுவாக, நாங்கள் அடிக்கடி இமயமலையில் ராயல் என்பீல்டை ஓட்டி, சோதனை நிகழ்த்துவோம். ஒருமுறை இமயமலை வழித்தடத்தில் கிளாசிக் மாடலில் பயணம் செய்தபோது, அந்த வழித்தடத்துக்கு கிளாசிக் மாடலின் வீல் பேஸ், கிரவுண்ட் கிளியரன்ஸ் போதவில்லை என்பதை உணர்ந்தோம். அத்தகைய வழித்தடங்களுக்கு வாகனத்தின் வடிவமைப்பு எப்படி இருந்தால் நன்றாக இருக்கும் என்று கலந்தாலோசிக்க ஆரம்பித்தோம்.

அப்படித்தான் எங்களது பிரபலமான மாடல் ஹிமாலயனுக்கான ஐடியா உதயமானது. முதலில் வாகனத்தின் உத்தேச வடிவமைப்பை படமாக வரைவோம். அதற்கேற்றாற்போல் மாதிரி வாகனம் ஒன்றை உருவாக்குவோம். அது முழுமையான வாகனமாக இருக்காது. எங்களது மற்ற மாடல்களிலிருந்து பாகங்கள் எடுத்து அந்த பைக்கை உருவாக்குவோம். அதன் பாகங்கள் *adjustable* ஆக இருக்கும்.

ஹிமாலயன் மாடலைப் பொறுத்தவரையில், இந்த அட்ஜெஸ்டபிள் பாகங்கள் கொண்டு உருவாக்கிய மாதிரி பைக்கை எடுத்து இமய மலையில் ஓட்டினோம். இந்த நில அமைப்புக்கு சஸ்பென்சன், ஹேண்டில் பார், சீட், ஹெட்லைட் என ஒவ்வொரு பாகமும் எப்படி இருந்தால் வசதியாக இருக்கும் என்று நுணுக்கமாக ஆராய்ந்தோம். அதன் அடிப்படையில் உருவாக்கப்பட்டதுதான் ஹிமாலயன். ஒரு மாடலுக்கான ஐடியா உதயமாகி, அது வாகனமாக தயாரிக்கப்பட்டு சந்தைக்கு செல்வதற்கு சராசரியாக 4 ஆண்டுகள் வரை ஆகும்.

ராயல் என்பீல்டை ஓட்டும்போது கிடைக்கும் தனித்த அனுபவத்துக்கு, அந்த வாகனத்தின் சத்தமும் அதிர்வும் முக்கிய காரணிகளாக உள்ளன. தற்போது ராயல் என்பீல்ட் மின்வாகனப் பிரிவில் களமிறங்குவதாக அறிவித்திருக்கிறீர்கள். மின்வாகனமாக மாறும்போது, இந்த அனுபவத்தை தக்கவைக்க முடியாது, இல்லையா. எனில், இ-ராயல் என்பீல்ட் என்ன வகையான அனுபவத்தைக் கொடுக்கப்போகிறது?

இவ்வளவு நாளும் வாகனம் என்பது இயந்திர பாகங்களால் ஆனதாக இருந்தது. இனி, அது பெரும்பான்மையாக மின்னணு பாகங்களாக இருக்கும். வாகனங்கள் கிளவுடில் (Cloud) இணைக்கப்பட்டிருக்கும். ஆக, டிஜிட்டல் ரீதியான அனுபவத்தை தனித்துவமாக வழங்குவதில் கவனம் செலுத்துகிறோம். டிஜிட்டல் அனுபவங்களை எவ்வளவு தூரம் உங்களது உணர்வோடு பிணைக்க முடியும் என்பதில்தான் எங்களது தனித்துவம் வெளிப்படும்.

அதேசமயம், மின்வாகனப் பிரிவை நோக்கி நகர்ந்தாலும், ராயல் என்பீல்ட் அதன் சாராம்சத்திலிருந்து விலகாது. இவ்வளவு ஆண்டுகளாக நாங்கள் உருவாக்கி வந்திருக்கும், 'ராயல் என்பீல்ட் யுனிவர்'ஸின் அங்கமாகவே அதன் மின்வாகனங்களும் இருக்கும்.

●

8

சறுக்கல்கள் தவிர்க்க முடியாதவை!

◆ BNC Motors இணை நிறுவனர் & சிஇஓ **அனிருத் நாராயணன்**

மின்வாகனங்களை நோக்கிய நகர்வு உலக அளவில் தீவிரமடைந்துள்ளது. இந்தியாவில் மட்டும் தற்போது, டிவிஎஸ், பஜாஜ் உள்ளிட்ட முன்னணி நிறுவனங்கள் தொடங்கி, ஏதர், ஓலா புதிய ஸ்டார்ட்அப் நிறுவனங்கள் என 300-க்கும்மேற்பட்ட மின்வாகன தயாரிப்பு நிறுவனங்கள் உள்ளன. இத்தகைய போட்டிச் சூழல் மிகுந்த துறையில், 2019-ம் ஆண்டு களமிறங்கியது 'பிஎன்சி மோட்டார்ஸ்' (BNC Motors).

கோவையைத் தலைமையிடமாகக்கொண்டு செயல்படும் பிஎன்சி, 110 சிசி இருசக்கர பிரிவில் கவனம் செலுத்துகிறது. பிஎன்சியை தொடங்கும்போது அனிருத் நாராயணனுக்கு வயது 31. அமெரிக்க மெக்கின்சி நிறுவனத்தில் பணியாற்றிவந்தார்.

நல்ல வேலை, நல்ல வருமானம் என்று வாழ்க்கை சென்றுகொண்டிருந்தாலும், அவருள் தொழில்முனைவுச் சிந்தனை தீவிரம்கொண்டிருந்தது. "என்ன ஆகிவிடப் போகிறது. களம் இறங்கிப் பார்ப்போம்" என்று வேலையை விட்டுவிட்டு நண்பரோடு இணைந்து பிஎன்சி நிறுவனத்தைத் தொடங்கினார்.

சேவைத் துறையுடன் ஒப்பிடுகையில், உற்பத்தித் துறையில் ஸ்டார்ட்அப் தொடங்கி வெற்றிகரமாக முன்னெடுத்துச் செல்வது என்பது சவால் மிகுந்தது. இப்படியான ஒரு சூழலில், தொடங்கப்பட்ட இரண்டே

◍ அனிருத் நாராயணன்

ஆண்டில் ரூ.400 கோடி மதிப்புமிக்க நிறுவனமாக பிளன்சியை அவர் வளர்த்தெடுத்தார். அனிருத் நாராயணனின் தொழில்முனைவு கதை என்ன? உரையாடினேன்...

நீங்கள் பள்ளி முடித்ததும் கல்லூரி படிப்புக்கு அமெரிக்கா சென்றுவிட்டீர்கள். எப்படி இந்த வாய்ப்பு அமைந்தது?

அப்பா, அம்மா இருவரும் வேலை நிமித்தம் தமிழ்நாட்டிலிருந்து பெங்களூரு வந்தவர்கள். இதனால் நான் பிறந்தது, வளர்ந்தது எல்லாம் பெங்களூருதான். அப்பா ஒரு பொறியாளர்.

சொந்தமாக ஆட்டோமோட்டிவ் சார்ந்து சிறு நிறுவனம் ஒன்றை நடத்திவந்தார். நான் தினமும் பள்ளி முடித்து விட்டு அங்கு செல்வது வழக்கம். அங்கு புதிய புதிய மின் மற்றும் மின்னணு சாதன தயாரிப்புகள் இருக்கும். இதனால் சிறு வயதிலேயே பொறியியல் படிப்பில் எனக்கு தீவிர ஆர்வம் உருவாகிவிட்டது.

என் ஆர்வத்துக்கு ஏற்ற வகையில் நல்ல கல்லூரியில் படிக்க வைக்க வேண்டும் என்று என் பெற்றோர் விரும்பினர். இந்தியாவைவிடவும் வெளிநாட்டில் படித்தால், உலக அனுபவம் கிடைக்கும் என்ற எண்ணத்தில் அவர்கள் என்னை அமெரிக்காவில் சேர்த்தனர்.

மேல்நடுத்தர வர்க்க குடும்பம். அதனால், அப்போது பணம் பெரிய பிரச்சினையாக இல்லை. ஆனால், விதி விளையாடியது. நான் அமெரிக்காவுக்கு படிக்கச் சென்ற சமயத்தில், என்னுடைய அப்பாவின் தொழிலில் பெரும் நஷ்டம் ஏற்பட்டது.

இனி என்னுடைய படிப்புச் செலவுக்கும் தனிப்பட்ட செலவுக்கும் வீட்டை எதிர்பார்க்கக்கூடாது என்று முடிவெடுத்தேன். நான்கு ஆண்டு படிப்பை இரண்டரை ஆண்டுகளில் முடித்தால் கல்விக் கட்டணம் மிச்சமாகும்.

அமெரிக்க கல்வி முறையில் இதற்கான வாய்ப்புகள் உண்டு. இதனால், தீவிரமாக படித்து, இரண்டரை ஆண்டுகளில் பொறியியல் பட்டப்படிப்பை முடித்தேன். இது தவிர்த்து, ஜூனியர் மாணவர்களுக்கு டியூஷன் எடுத்தேன். என்னுடைய உழைப்பிலேயே படித்துமுடித்து வெளிவந்தேன்.

எப்போது தொழில்முனைவுப் பயணம் தொடங்கியது?

கல்லூரி முடித்த பிறகு கலிஃபோர்னியாவில் பொறியியல் நிறுவனத்தில் வேலை கிடைத்தது. எனக்கு பொறியியல் நன்றாக வரும். இதனால், விற்பனை பிரிவில் அனுபவம் பெற விரும்பினேன்.

காரணம், குறிப்பிட்ட காலம் நிறுவனத்தில் பணிபுரிந்துவிட்டு அந்த அனுபவத்தைக்கொண்டு சொந்தமாக தொழில் தொடங்க வேண்டும் என்ற எண்ணம் என்னுள் இருந்தது. சக ஊழியர்கள் என்னை விசித்திரமாகப் பார்த்தார்கள். ஏனென்றால், அந்நிறுவனத்தில் பொறியியலை விடவும் விற்பனைப் பிரிவுக்கு ஊதியம் குறைவு.

ஆனால், எனக்கு நான் செல்ல வேண்டிய பாதை குறித்து தீர்க்கமான முடிவு இருந்தது. இதனால், நான் ஊதியம் குறித்து கவலைப்படவில்லை. போயிங், நாசா போன்றவைதான் எங்கள் நிறுவனத்தின் வாடிக்கையாளர்கள்.

அவர்களிடம் எங்கள் தயாரிப்பைப் பற்றி பேசி, அவற்றை வாங்கச் செய்ய வேண்டும். அவர்களிடம் தயாரிப்பை விற்பது எளிதல்ல. எனினும், அதை வெற்றிகரமாக செய்தேன். இதன்மூலம் சொந்தமாக தொழில் தொடங்கலாம் என்ற நம்பிக்கை பிறந்தது.

இதனால், 2013-ல் வேலையை விட்டுவிட்டு இந்தியா வந்த நான், கையில் இருந்த பணத்தை எல்லாம் முதலீடு செய்து internet of things

சார்ந்து ஸ்டார்ட்அப் நிறுவனம் ஒன்றை தொடங்கினேன். ஆனால், நிறுவனம் நான் நினைத்த அளவில் செல்லவில்லை. நஷ்டம் ஏற்பட்டது.

நிர்வாகம் சார்ந்து எனக்கு கூடுதல் அனுபவம் தேவை என்பதை உணர்ந்தேன். அமெரிக்காவில் எம்பிஏ-வுக்கு விண்ணப்பித்தேன். யேல் பல்கலைக்கழகத்தில் இடம் கிடைத்தது.

எம்பிஏ முடித்த பிறகு, பணம் சம்பாதிக்க வேண்டிய கட்டாயத்தில் இருந்தேன். இதனால், மெக்கின்சி நிறுவனத்தில் இணைந்தேன். பெரிய நிறுவனங்களுக்கு ஆய்வின் அடிப்படையில் ஆலோசனை வழங்குவதுதான் அங்கு எனக்கு வேலை. இதனிடையே எனக்கு திருமணம் ஆகி குழந்தைகள் பிறந்திருந்தனர்.

நல்ல வேலை, நல்ல ஊதியம் என்று வாழ்க்கை சென்று கொண்டிருந்தாலும் தொழில்முனைவு எண்ணத்திலிருந்து என்னால் விலகி இருக்க முடியவில்லை. அந்த சமயத்தில், எங்கள் நிறுவனத்தின் ஒரு வாடிக்கையாளருக்காக, இந்தியாவின் மின்வாகனச் சந்தை குறித்து ஆய்வு செய்ய வேண்டி இருந்தது. அப்போது எனக்கு சில விஷயங்கள் புலப்பட்டன. அந்த சமயத்தில், பெரும்பாலான இந்திய மின்வாகன நிறுவனங்கள் சொந்தமாக ஆராய்ச்சி மற்றும் மேம்பாட்டுத் துறையை (ஆர்&டி) கொண்டிருக்கவில்லை.

மாறாக அவை சீனாவின் தயாரிப்புகளை ரீபிராண்டிங் செய்து கொண்டிருந்தன. ஒருசில முன்னணி நிறுவனங்கள் மட்டுமே சொந்ததயாரிப்பை மேற்கொண்டு வந்தன. ஆனால், அவற்றின் விலை அதிகமாக இருந்தது.

இந்நிலையில், சொந்தமாக ஆர்&டி கட்டமைப்பைக் கொண்டு, குறைந்த விலையில், மக்களின் தொழில்பயன்பாட்டுக்கு ஏற்ற வகையில் இ-ஸ்கூட்டரை தயாரிக்கலாம் என்ற ஐடியா எனக்கு உதயமானது. கோயம்புத்தூரில் இருந்த என்னுடைய குடும்ப நண்பர் வினோத்தைத் தொடர்பு கொண்டு இதுகுறித்து பேசினேன்.

தொழில் நிறுவனத்தில் பணியாற்றி வந்ததால், தயாரிப்பு முதல் விநியோகம் வரை ஆழ்ந்த அனுபவம் அவருக்கு உண்டு. எனக்கு நிறுவனத்தின் செயல்பாடுகள் குறித்து நல்ல அனுபவம் இருந்தது. இருவரும் சேர்ந்து செயல்படலாம் என்று முடிவு செய்தோம். மெக்கின்சி வேலையை விட்டுவிட்டு, இந்தியா திரும்பி 2019 டிசம்பரில் பிளன்சி மோட்டார்ஸ் நிறுவனத்தைத் தொடங்கினோம்.

அதே காலகட்டத்தில், பல ஸ்டார்ட்அப் நிறுவனங்கள் மின்வாகனத் தயாரிப்பில் களம் இறங்கின. ஒரு பக்கம், முன்னணி நிறுவனங்கள்; இன்னொரு பக்கம் புதிய ஸ்டார்ட்அப் நிறுவனங்கள். இந்தப் போட்டிச் சூழலை எதிர்கொள்ள என்ன வியூகம் வகுத்தீர்கள்?

பெரிய நிறுவனங்களைப் பொறுத்தவரையில் ஒரு தயாரிப்பை சந்தைக்குக் கொண்டுவர 3 முதல் 5 ஆண்டுகள் வரை ஆகும். நாங்கள் விரைவாக எங்கள் தயாரிப்பை சந்தைக்குக் கொண்டு வரத் திட்டமிட்டோம்.

இதனால், எங்கள் வாகனங்களை ரேபிட் புரோட்டோடைப்பிங் (Rapid Prototyping) முறையில் மேற்கொள்ள முடிவு செய்தோம். நாங்கள் தயாரிக்க இருந்த வாகனத்தின் புரோட்டோடைப் மாடலை உருவாக்கி குறிப்பிட்ட சில வாடிக்கையாளர்களிடம் அதைக் காண்பித்து அவர்களின் தேவையைப் புரிந்து அதற்கு ஏற்ப வாகனத்தின் இறுதி வடிவமைப்பை உருவாக்கினோம். இந்த அணுகுமுறையால் எங்களால் ஒரு சில மாதங்களிலே தயாரிப்பை உருவாக்க முடிந்தது.

உங்கள் ஸ்டார்ட்அப் பயணத்தில் நீங்கள் எதிர்கொண்ட மிகப் பெரிய சவால் எது, அதை எப்படி கடந்து வந்தீர்கள்?

எங்களது முதல் மாடலில் வெளிநிறுவனம் ஒன்றின் பேட்டரியை பயன்படுத்தி இருந்தோம். வாடிக்கையாளர் ஒருவர், அந்த வாகனத்துக்கு வீட்டில் சார்ஜ் ஏற்றிக்கொண்டிருந்தபோது வாகனம் திடீரென்று தீப்பற்றியது. பேட்டரி காரணமாக தீப்பற்றியதாக செய்தி பரவியது. இது எங்களுக்கு மிகப் பெரும் அதிர்ச்சியை ஏற்படுத்தியது.

அந்த சமயத்தில், வெவ்வேறு நிறுவனங்களின் மின்வாகனங்கள் தீப்பற்றும் செய்திகள் வெளிவந்துகொண்டிருந்தன. அந்தப் பட்டியலில் எங்கள் நிறுவனமும் இணைந்தது எங்களுக்கு பெரும் பின்னடைவாக அமைந்தது. விபத்து நடந்த வாடிக்கையாளரின் வீட்டில் ஆய்வு செய்தபோதுதான் எங்களுக்குத் தெரியவந்தது, பேட்டரி கோளாறு காரணமாக எங்கள் வாகனம் தீப்பற்றவில்லை. மாறாக, வாடிக்கையாளரின் வீட்டில் ஏற்பட்ட மின்கசிவால் அந்த விபத்து நிகழ்ந்துள்ளது.

எனினும், நாங்கள் பயன்படுத்திய பேட்டரி நிறுவனத்தின் தயாரிப்பு நடைமுறையை ஆய்வு செய்ய முடிவு செய்தோம். அப்படி ஆய்வு செய்தபோது, அந்நிறுவனத்தின் தயாரிப்பு முறையில் பல்வேறு குறைபாடுகள் இருப்பது தெரியவந்தது. இந்தியாவின் டாப் 5 பேட்டரி நிறுவனங்களில் ஒன்று அது. இனி நாம் பேட்டரிக்கு வெளிநிறுவனத்தை

நாட வேண்டாம். சொந்தமாக பேட்டரியை உருவாக்குவோம் என்று முடிவு செய்தோம்.

அதுவரை எங்கள் புதிய தயாரிப்புகளை நிறுத்தி வைத்தோம். பேட்டரி உருவாக்கம் என்பது மிகவும் கடினமான செயல்பாடு. இதனால், எங்கள் வெளியீடு ஒரு ஆண்டு தள்ளிப்போனது. எனினும், எங்கள் சொந்த பேட்டரியின் வழியே வாடிக்கையாளர்களின் நம்பிக்கையை மீட்டெடுத்தோம்.

தொழில்முனைவில் சறுக்கல்கள் தவிர்க்க முடியாதவை. ஆனால், அதை நாம் எப்படி எதிர்கொள்கிறோம் என்பதே முக்கியம். தொழில்முனைவு என்றாலே, எந்தச் சவால்களையும் எதிர்கொள்ள நாம் தயாராக இருக்க வேண்டும். எந்தத் தடங்கலைக் கண்டும் பின்வாங்கி விடக்கூடாது. குன்றா ஊக்கத்துடன் முன்னகர்ந்து செல்ல வேண்டும்.

9

ராக்கெட் நாயகர்கள்

◆ Agnikul Cosmos நிறுவனர்கள் **ஸ்ரீநாத் ரவிச்சந்திரன் - மொய்ன்**

தரமணியில் அமைந்திருக்கிறது ஐஐடி மெட்ராஸ் ஆய்வுப் பூங்கா. இந்தியாவிலேயே பல்கலைக்கழகத்துடன் இணைந்த முதல் ஆய்வுப் பூங்கா இதுதான். நவீன தரத்திலான கட்டிடங்கள். ரம்மியமான சூழல். இந்தியாவின் மிகச் சிறந்த தொழில்நுட்ப மூளைகளை நீங்கள் இங்கு பார்க்கலாம்.

இயந்திரவியல், ஐடி, மின்னணுவியல், உயிரி தொழில்நுட்பம் என பல்வேறு துறை சார்ந்த ஆராய்ச்சிகள் ஒருபக்கம் நடைபெற்றுக் கொண்டிருக்கின்றன. மறுபக்கம், மின்வாகனத் தயாரிப்பு, செமிகண்டக்டர் தயாரிப்பு என 230-க்கும் மேற்பட்ட 'டீப்டெக்' ஸ்டார்ட்அப் நிறுவனங்கள் செயல்பட்டுக்கொண்டிருக்கின்றன.

இந்தியாவின முதல் 3டி பிரிண்டிங் தனியார் ராக்கெட் தயாரிப்பு ஸ்டார்ட்அப் நிறுவனமான 'அக்னிகுல் காஸ்மோஸ்' இங்குதான் இருக்கிறது. முன்பு, விண்வெளி துறை என்பது முற்றிலும் அரசுவசமே இருந்தது. ஆனால், தற்போது தனியார் நிறுவனங்களும் அதில் அனுமதிக்கப்படுகின்றன. விண்வெளி துறையில் தனியார் நிறுவனங்கள் கால் பதிப்பது என்பது எளிதானதல்ல. பெரும் முதலீடு மட்டுமல்ல, பெரும் தொழில்நுட்ப அறிவையும் கோரக் கூடிய துறை அது. எலான் மஸ்கின் 'ஸ்பேஸ் எக்ஸ்', அமேசான் ஜெஃப் பிசோஸின் 'ஃப்ளூ ஆர்ஜின்'

ⓘ மொய்ன் ⓘ ஸ்ரீநாத்

போன்ற ஒருசில பெரிய அளவிலான தனியார் நிறுவனங்களே அதில் காலூன்றி உள்ளன.

இந்தச் சூழலில்தான் ஸ்ரீநாத் ரவிச்சந்திரனும் (38) மொய்னும் (33) கவனம் ஈர்க்கிறார்கள். இந்தியாவில், ராக்கெட் என்றாலே இஸ்ரோ என்று அறியப்பட்டு வருகிற நிலையில், இவ்விருவரும், தங்கள் அக்னிகுல் ஸ்டார்ட்-அப் மூலம் சொந்தமாக ராக்கெட்டை உருவாக்கி வருகின்றனர். இருவரும் தமிழ்நாட்டைச் சேர்ந்தவர்கள். இன்னும் அழுத்திச் சொன்னால், இருவரும் சென்னைவாசிகள்.

தற்போது இந்திய விண்வெளி துறையினர் மட்டுமல்ல, பல்வேறு சர்வதேச நிறுவனங்களும், இவ்விருவரை உற்றுநோக்குகின்றன. காரணம், விரைவில் இவர்கள் தங்கள் ராக்கெட்டை விண்ணில் ஏவி சோதனை செய்ய உள்ளனர். இந்தச் சோதனை வெற்றிபெறும்பட்சத்தில், அது இந்திய விண்வெளி துறையில் தனியார் பங்களிப்பில் முக்கிய மைல்கல்லாக இருக்கும்.

இந்தத் தருணத்தில், ஒரு மாலை வேளையில், அவ்விருவரையும் ஐஐடி ஆய்வுப் பூங்காவில் சந்தித்து உரையாடினேன்...

ராக்கெட் தயாரிப்பில் களம் இறங்க வேண்டும் என்ற எண்ணம் உங்கள் இருவருக்கும் எப்படி வந்தது?

ஸ்ரீநாத் ரவிச்சந்திரன் (தலைமை நிர்வாக அதிகாரி): அம்மா இயற்பியல் ஆசிரியை. இதனால், சிறுவயதிலேயே எனக்கு விண்வெளி, ராக்கெட் சார்ந்து ஆர்வம் ஏற்பட்டுவிட்டது. பள்ளிப் படிப்புக்குப் பிறகு கிண்டி அண்ணா பல்கலைக்கழகத்தில் மின் மற்றும் மின்னணு பொறியியலில் சேர்ந்தேன். கல்லூரி முடித்த பிறகு தனியார் நிறுவனம் ஒன்றில் வேலை கிடைத்தது. எனக்கு அந்த வேலை நிறைவு அளிக்கவில்லை. அந்த சமயத்தில் நிதித் துறை சார்ந்த படிப்புகள் பிரபலமாக இருந்தன. அதன் தாக்கத்தில் நானும், அமெரிக்காவில் உள்ள கொலம்பியா பல்கலைக்கழகத்தில் 'நிதி பொறியியல்' படிப்பில் சேர்ந்தேன்.

அதன் பிறகு வால்ஸ்ட்ரீட்டில் வேலை கிடைத்தது. நல்ல வேலை. நல்ல ஊதியம். ஆனால், மீண்டும் ஏதோவொரு நிறைவின்மையை உணர்ந்தேன். என் ஆழ்மனம் விண்வெளி குறித்தும் ராக்கெட் குறித்தும் சிந்தித்துக்கொண்டு இருந்தது.

ஒரு கட்டத்தில் 'சரி, ஆனது ஆகட்டும். ஆழ்மனதின் குரலுக்கு செவிகொடுப்போம்' என்று வேலையைவிட்டுவிட்டு அமெரிக்க இல்லினாய்ஸ் பல்கலைக்கழகத்தில் 'ஏரோ ஸ்பேஸ்' பொறியியலில் சேர்ந்தேன். அப்போதுதான் அமெரிக்காவில் 'ஸ்பேஸ் எக்ஸ்' உட்பட விண்வெளி சார்ந்த நிறுவனங்கள் கவனம் பெற ஆரம்பித்திருந்தன. நானும் அமெரிக்க விண்வெளிச் செயல்பாட்டை ஆழ்ந்து கவனிக்க ஆரம்பித்தேன்.முக்கியமான புரிதல்கள் எனக்குக் கிடைத்தன.

தொலைதொடர்பு, வரைபட உருவாக்கம் என பல்வேறு துறை சார்ந்த நிறுவனங்கள் தங்கள் பயன்பாட்டுக்கு செயற்கைக்கோள்களை தயாரித்து கையில் வைத்திருக்கின்றன. ஆனால், அவற்றை விண்வெளிக்கு அனுப்ப போதிய அளவில் ராக்கெட்டுகள் இல்லை. இதை இப்படி புரிந்துகொள்ளலாம். ராக்கெட் என்பது பேருந்து மாதிரி என்று வைத்துகொள்ளுங்கள். பேருந்து முழுமையாக நிரம்பிய பிறகுதான் அதை எடுப்பார்கள். அப்படித்தான் ராக்கெட்டும். குறிப்பிட்ட எண்ணிக்கையில் செயற்கைக்கோள்கள் வந்த பிறகே, ராக்கெட் விண்ணில் ஏவப்படும். இதனால், செயற்கைக் கோளை அனுப்ப நிறுவனங்கள் நீண்ட நாட்கள் காத்திருக்க வேண்டும்.

அப்போது எனக்குத் தோன்றியது: சிறிய செயற்கைக்கோள்களை ஏற்றிச் செல்லும்வகையில் சிறிய ரக ராக்கெட் இருந்தால், இந்தக் காத்திருப்பு நேரம் குறையும் அல்லவா... ஏன் நாம் அப்படி ஒரு ராக்கெட்டை உருவாக்கக் கூடாது...

நானும் மொய்னும் கிரிக்கெட் நண்பர்கள். நான் அமெரிக்காவிலிருந்து விடுமுறையில் சென்னைக்கு வரும் சமயங்களில் நாங்கள் ராயப்பேட்டை மைதானத்தில் கிரிக்கெட் விளையாடுவோம். அப்போது மொயினிடம் என்னுடைய ராக்கெட் தயாரிப்பு ஐடியாவைப் பகிர்ந்தேன்.

மொய்ன் (தலைமை செயல்பாட்டு அதிகாரி): நான் கடைசி பெஞ்ச் மாணவன். படிப்பை விடவும் விளையாட்டில்தான் எனக்கு ஆர்வம் இருந்தது. பெற்றோர்களின் வலியுறுத்தலால், சென்னையில் தனியார் கல்லூரி ஒன்றில் ஏரோனாட்டிக்கல் பொறியியலில் சேர்ந்தேன். அதன் பிறகு ஆஸ்திரேலியாவுக்குச் சென்று எம்பிஏ படித்துவிட்டு அங்கேயே ஒரு ஏர்லைன்ஸ் நிறுவனத்தில் வேலையில் இணைந்தேன். அந்த சமயத்தில் என்னுடைய அப்பாவுக்கு உடல்நலம் சரியில்லாமல் போனது.

அப்பாவை கவனித்துக்கொள்ள, வேலையைவிட்டுவிட்டு நான் சென்னை திரும்ப வேண்டியதாக இருந்தது. பிறகு இங்கு ஒரு அழகுசாதன நிறுவனத்தைத் தொடங்கி நடத்த ஆரம்பித்தேன். ஆனால், ஏதாவது அர்த்தப்பூர்வமாக செய்ய வேண்டும் என்று மனம் ஏங்கியது. அப்போதுதான் ராக்கெட் தயாரிப்பது தொடர்பான ஐடியாவை ஸ்ரீநாத் என்னிடம் சொன்னார். நான் ஏரோனாட்டிகல் படித்திருந்ததால், அவரது ஐடியாவை என்னால் முழுமையாக உள்வாங்க முடிந்தது. சேர்ந்து செயல்பட முடிவு செய்தோம்.

ஐடியா உதயமாயிற்று. எப்படி செயல்படுத்தினீர்கள்?

ஸ்ரீநாத்: விண்வெளித் துறையில் இருந்த தொழில் வாய்ப்பு எங்களுக்கு பிடிபட்டிருந்தது. ஆனால், தொழில்நுட்பரீதியாக நாங்கள் செய்ய வேண்டியது குறித்து எங்களுக்கு போதிய தெளிவு இல்லை. ஐஐடி பேராசிரியர்களுடன் உரையாடினால் தெளிவு கிடைக்கும் என்று நம்பினோம்.

இந்தியாவில் இத்துறை சார்ந்த முக்கியமான ஐஐடி பேராசிரியர்களின் மொபைல் எண், மின்னஞ்சல் முகவரிகளைப் பெற்று அவர்களுக்கு எங்கள் ஐடியாவை அனுப்பினோம். நாங்கள் இருவரும் ஐஐடியில் படித்தவர்கள் கிடையாது. நாங்கள் வேலை பார்த்ததும் விண்வெளி துறை கிடையாது. இதனால், ‘இவர்கள் ராக்கெட் செய்யப்போகிறார்களா’ என்று பேராசிரியர்களுக்குக் குழப்பம் இருந்திருக்கலாம். எங்கிருந்தும் நேர்மறையான பதில் கிடைக்கவில்லை. ஆனால் தொடர்ந்து முயற்சி செய்தோம். அப்போதுதான் ஐஐடி மெட்ராஸ் பேராசிரியர் சத்யநாராயண் சக்ரவர்த்தியிடமிருந்து பதில் வந்தது. நேரில் வாருங்கள் பேசலாம்

என்றார். அவருக்கு எங்கள் ஐடியா பிடித்திருந்தது. அதில் தொடர்ந்து செயல்பட ஊக்கப்படுத்திய அவர், தொழில்நுட்பரீதியாக எங்களுக்கு ஆலோசனைகளை வழங்க ஆரம்பித்தார்.

ராக்கெட் தயாரிப்பு என்பது மிகுந்த முதலீட்டைக் கோரக்கூடியது. தனியாக ஆரம்பிப்பதைவிடவும் ஐஐடி போன்ற அமைப்புடன் சேர்ந்து ஆரம்பித்தால் இன்னும் சிறப்பாக செயல்பட முடியும் என்பதை உணர்ந்தோம். பேராசிரியர் சத்யநாராயண் சக்ரவர்த்தியை இணை நிறுவனராக சேர்த்து, 2017-ம் ஆண்டில் டிசம்பரில் ஐஐடி மெட்ராஸில் அக்னிகுல் ஸ்டார்ட்அப் நிறுவனத்தைப் பதிவு செய்தோம்.

பேராசிரியர் சத்யா சக்ரவர்த்தி எங்களுக்கு இஸ்ரோவின் ஜிஎஸ்எல்வி ராக்கெட் உருவாக்கத்தின் முதல் திட்ட இயக்குநர் பெருமாளை அறிமுகப்படுத்தினார். அத்துறையில் மிகப் பெரிய ஆளுமை அவர். ராக்கெட் கட்டுவதற்கான வழிகாட்டுதல்களை அவர் எங்களுக்கு வழங்கினார். பெரும் நம்பிக்கையுடன் முன்னகர ஆரம்பித்தோம்.

இதுவரையில் உங்கள் ஸ்டார்ட்அப் ரூ.400 கோடி நிதி திரட்டி இருக்கிறது. முதலீட்டாளர்கள் ஆரம்பத்தில் உங்கள் ஸ்டார்ட்அப்பை எப்படிப் பார்த்தார்கள்?

மொய்ன்: ஆமாம். நிதி திரட்டுதல் எங்களுக்கு பெரிய சவாலாக இருந்தது. அந்த சமயத்தில் முதலீட்டாளர்கள் மத்தியில் விண்வெளி துறை குறித்தும் அதில் உள்ள பிசினஸ் வாய்ப்புகள் குறித்தும் போதிய புரிதல் கிடையாது. 500 முதலீட்டாளர்களையாவது சந்தித்திருப்போம். எங்கள் நிறுவனத்தில் முதலீடு செய்ய யாரும் ஆர்வம் காட்டவில்லை. இப்படியே சென்றுகொண்டிருந்த சமயத்தில், ஒரு நிகழ்ச்சியில் முதலீட்டாளர் ஒருவரைச் சந்தித்தோம். அவருக்கு இத்துறையில் உள்ள தொழில் வாய்ப்புகளை பற்றி தெரிந்திருந்தது. இதனால், அவரிடம் எங்கள் திட்டத்தை விளக்குவது எளிதாக இருந்தது. தவிர, அந்த சமயத்தில் நாங்கள் இன்ஜின் தயாரித்து அதை வெற்றிகரமாக சோதித்திருந்தோம். இதனால், அவர் முதலீடு செய்ய சம்மதித்தார்.

2018-ல் ரூ.3 கோடி முதலீடு செய்தார். இந்தத் தொகை மிகவும் சிறியது என்றாலும், அந்த முதலீடு எங்கள் நிறுவனச் செயல்பாட்டை வலுப்படுத்த பெரும் உதவியாக அமைந்தது. அவர் முதலீடு செய்த பிறகு மற்ற முதலீட்டாளர்களை அணுகுவது எளிதானது.

இந்தியாவிலேயே முதன்முறையாக, நீங்கள்தான் 3டி பிரிண்டிங் மூலம்

ராக்கெட் இன்ஜின் உருவாக்கியுள்ளீர்கள். எப்படி 3டி பிரிண்டிங் நோக்கி நகர்ந்தீர்கள்?

மொய்ன்: இன்ஜின் தயாரிப்பது என்பது மிகவும் சிக்கலான வேலை. அதில் சிறிய அளவிலான பாகங்கள் அதிகம் உண்டு. ஏதாவது ஒன்றில் பிரச்சினை என்றாலும், மொத்த இன்ஜினையும் குப்பையில்தான் போட வேண்டும். பணமும் நேரமும் விரயம். இந்த சமயத்தில்தான், ஐஐடி மெட்ராஸில் 3டி பிரிண்டிங் தொழில்நுட்பம் அறிமுகமானது. அதைப் பயன்படுத்தி ஏனைய துறையினர் தயாரிப்பு மேற்கொண்டனர். நாமும் 3டி பிரிண்டிங் மூலம் ராக்கெட் இன்ஜின் செய்து பார்க்கலாமே என்ற எண்ணம் எங்களுக்கு வந்தது. சோதனை முயற்சியாக, இன்ஜினின் சிறிய பாகங்களை 3டி பிரிண்டிங்கில் செய்தோம். வெற்றிகரமாக அமைந்தது. அதைத் தொடர்ந்து 2019 ஜூலையில் மொத்த இன்ஜினையும் 3டி பிரிண்டிங் மூலம் வெற்றிகரமாக உருவாக்கினோம். இது எங்களுக்கு மிகப் பெரும் பாய்ச்சலாக அமைந்தது.

ராக்கெட் தயாரிப்பைப் பொறுத்தவரையில் இன்ஜினை உருவாக்க மட்டும் 9 மாதங்கள் வரை ஆகும். ஆனால், 3டி பிரிண்டிங் மூலம் நம்மால் வாரத்துக்கு 2 இன்ஜின்கள் உருவாக்க முடியும். அதில் நாங்கள் வெற்றிபெற்றுக் காட்டியதால், நிறைய முதலீட்டாளர்கள் எங்கள் நிறுவனத்தில் முதலீடு செய்ய ஆர்வம் காட்டினர். ஆனந்த் மஹிந்திரா உட்பட முக்கிய ஆளுமைகளிடமிருந்து நிதி கிடைத்தது.

தற்போது இஸ்ரோ ஸ்ரீஹரிகோட்டாவில் உங்களுக்கென்று தனியே ஏவுதளத்தை ஒதுக்கியுள்ளது. எப்படி இது சாத்தியமானது?

ஸ்ரீநாத்: எங்கள் பயணத்தில் திருப்புமுனை காலகட்டம் என்றால் அது 2020 மே மாதம் என்று சொல்லலாம். மத்திய அரசு சுயசார்ப்பை ஊக்குவிக்கும் நோக்கில் ஆத்மநிர்பார் திட்டத்தை அறிவித்தது. இனி, விண்வெளித் துறையில் தனியார் பங்களிப்பு அனுமதிக்கப்படும் என்று அதில் குறிப்பிட்டது. இதற்கென்று ‘இன்-ஸ்பேஸ்’ (IN-SPACE) என்று தனிக் குழு உருவாக்கப்படும் என்றும் தெரிவிக்கப்பட்டது.

இந்தச் செய்தி எங்களுக்கு உற்சாகம் அளித்தது. ஏனென்றால், நாங்கள் ராக்கெட் தயாரிப்பது சர்வதேச சந்தைக்கானது என்றாலும், இந்தியாவில் எங்கள் ராக்கெட்டுக்கு எந்த அளவுக்கு முக்கியத்துவம் வழங்கப்படும் என்ற குழப்பம் இருந்தது. மத்திய அரசின் அறிவிப்புக்குப் பிறகு, இந்தியாவில் எங்கள் நிறுவனத்தை வலுவாக்க முடியும் என்ற நம்பிக்கை ஏற்பட்டது.

செய்தி வெளியான மறுதினமே, அப்போது இஸ்ரோ தலைவராக இருந்த சிவனுக்கு, எங்கள் ஸ்டார்ட்அப் குறித்து மின்னஞ்சல் அனுப்பினோம். அவர் தரப்பிடமிருந்து, இரண்டே நாட்களில் பதில் வந்தது. எங்கள் இன்ஜினை இஸ்ரோ தளத்தில் வைத்து சோதிக்கலாமா என்று கேட்டோம். அதற்கும் இஸ்ரோ சம்மதித்தது.

இதனிடையே பிரதமர் நரேந்திர மோடி எங்கள் ராக்கெட்டை பார்வையிட்டு, எங்களைப் பாராட்டினார். நவம்பர் 2022-ல் இஸ்ரோவில் எங்கள் இன்ஜினை சோதித்தோம். அதன் தொடர்ச்சியாக, எங்களுக்கென்று சொந்த ஏவுதளத்தை இஸ்ரோ ஒதுக்கியது. பொதுவாக, இஸ்ரோவில் வெளிநிறுவனங்கள் அனுமதிக்கப்படுவதில்லை. முதல்முறையாக எங்களுக்கு அந்த வாய்ப்பு வழங்கப்பட்டது. எங்கள் நிறுவனத்துக்குக் கிடைத்த பெரிய கவுரவமாக அதைப் பார்க்கிறோம். உண்மையில், பொறுமையும், சவாலான காலகட்டத்தில் மனம் தளராமல் தொடர்ந்து செயல்படுவதும் அவசியம். அதன் வழியேதான், இவை எல்லாம் சாத்தியமாகி இருக்கின்றன!

●

பின்குறிப்பு:

◉ இந்தப் பேட்டி 2024 ஜனவரி மாதம் வெளியானது. அவ்வாண்டு மே மாதத்தில் அக்னிகுல் ராக்கெட் விண்ணில் வெற்றிகரமாக பரிசோதிக்கப்பட்டது. உலகிலேயே 3டி பிரிண்டிங் தொழில்நுட்பம் மூலம் தயாரிக்கப்பட்ட ராக்கெட் வெற்றிகரமாக விண்ணில் ஏவி பரிசோதிக்கப்பட்டது இதுவே முதன்முறை.

10

விண்வெளி துறையில் கவனம் ஈர்க்கும் தமிழ்நாட்டு ஸ்டார்ட்அப்

◆ OrbitAID Aerospace நிறுவனர் & சிஇஓ **சக்திகுமார்**

உலகம் முழுவதும் ஒவ்வொரு ஆண்டும் ஆயிரக்கணக்கான செயற்கைக்கோள்கள் விண்வெளிக்கு செலுத்தப்படுகின்றன. தற்போதைய நிலவரப்படி விண்வெளியில் 7,500-க்கு மேற்பட்ட செயற்கைக்கோள்கள் செயல்பாட்டில் உள்ளன. செயற்கைக்கோள்களைப் பொறுத்தவரையில், எரிபொருள் தீர்ந்துவிட்டால், அவை அப்படியே கைவிடப்பட்டுவிடும்.

இதுவரையில், 2,000 செயற்கைக்கோள்கள் எரிபொருள் இல்லாமல் கைவிடப்பட்டுள்ளதாக புள்ளிவிவரங்கள் தெரிவிக்கின்றன. இவற்றின் மதிப்பு 100 பில்லியன் டாலராக (ரூ.8.5 லட்சம் கோடி) கணக்கிடப்படுகிறது. இந்நிலையில், செயற்கைக்கோள்களுக்கான எரிபொருளை நிரப்பும் கட்டமைப்பை உருவாக்கும் முயற்சியில் இறங்கியுள்ளது தமிழ்நாட்டைச் சேர்ந்த 'ஆர்பிட் எய்டு ஏரோஸ்பேஸ்' (OrbitAID Aerospace). ஆர்பிட் எய்டு நிறுவனத்தின் முன்னெடுப்பு விண்வெளித் துறையில் கவனம் பெற்றுள்ளது.

சக்திகுமார் (35), ஆர்பிட் எய்டு ஏரோஸ்பேஸ் நிறுவனத்தின் நிறுவனர் மற்றும் தலைமைச் செயல் அதிகாரி. சமூகரீதியாகவும் பொருளாதார ரீதியாகவும் மிக பின்தங்கிய பின்புலத்திலிருந்து வந்தவரான சக்திகுமார்,

விண்வெளித் துறை மீதான ஈடுபாட்டால் பெங்களூருவில் உள்ள இந்திய அறிவியல் கழகத்தில் (ஐஐஎஸ்சி) ஆய்வு மாணவராக இணைந்தார்.

10 ஆண்டுகள் அத்துறையில் மேற்கொண்ட தீவிர ஆராய்ச்சியின் நீட்சியாக, 2021-ம் ஆண்டு தனது ஸ்டார்ட்அப் நிறுவனத்தைத் தொடங்கினார். 2025-ம் ஆண்டில் ஆர்பிட் எய்டு ஏரோஸ்பேஸ் தனது கண்டுபிடிப்பை விண்வெளியில் சோதிக்க உள்ளது. அந்தச் சோதனை வெற்றி பெறும்பட்சத்தில் உலக விண்வெளித் துறையில் அது முக்கிய நிகழ்வாக அமையும் என்று கூறப்படுகிறது. சக்திகுமாரின் ஸ்டார்ட்அப் பயணத்துக்கு பின்னிருக்கும் கதை என்ன?

அவருடன் உரையாடினேன்.

விண்வெளி குறித்த ஆர்வம் முதன்முறையாக எப்போது ஏற்பட்டது?

என்னுடைய சொந்த ஊர் பெரம்பலூர் மாவட்டம் வடக்கலூர் கிராமம். நான் படித்த உள்ளூர் அரசுப் பள்ளியில் ஒரு சிறிய நூலகம் உண்டு. நான் 6-ம் வகுப்பு முதல் நூலகம் செல்வதை வழக்க மாக்கிக் கொண்டேன். அப்போது பத்திரிகைகளில் வரும் அறிவியல் துணுக்குகள் கவனத்தை ஈர்க்க ஆரம்பித்தன. பள்ளிப் பாடங்களில் இல்லாத விஷயங்கள் பத்திரிகைகள் வழியாக எனக்கு அறிமுகம் ஆகின.

அதன் தொடர்ச்சியாக, அறிவியலாளர்களின் வாழ்க்கை வரலாறு நூல்களை தேடிப் படிக்க ஆரம்பித்தேன். புத்தகங்களைப் புரிந்து படிக்கும் அளவுக்கு அப்போது முதிர்ச்சி கிடையாது. ஆனால், அறிவியல் விஷயங்களைப் படித்தபோது அவை எனக்கு ஆழ்ந்த மகிழ்ச்சியை அளித்தன. அப்படியாக, ராக்கெட், விண்வெளி ஆராய்ச்சி குறித்த கனவுகள் என்னுள் முளைவிட ஆரம்பித்தன. முன்னாள் குடியரசுத் தலைவர் அப்துல் கலாம், முன்னாள் இஸ்ரோ விஞ்ஞானி மயில்சாமி அண்ணாத்துரையின் பேச்சுகள் எனக்கு பெரும் உத்வேகம் அளித்தன.

பள்ளிப் படிப்புக்குப் பிறகு என்ன செய்தீர்கள்?

எங்கள் ஊரில் அம்பேத்கர் படங்கள் நிறைந்திருக்கும். அந்தப் படங்களில் அவர் என்னென்ன பட்டங்கள் பெற்றிருக்கிறார் என்பது குறிப்பிடப்பட்டிருக்கும். அம்பேத்கர் புகைப்படத்தைப் பார்த்து வளர்ந்ததால் அவரைப் போல படித்து சாதிக்க வேண்டும் என்ற எண்ணம் சிறுவயதிலேயே என்னுள் ஆழமாகப் பதிந்தது. எனக்கு விண்வெளி மீது ஈடுபாடு இருந்ததைப் புரிந்துகொண்ட என் அண்ணனும் பெற்றோரும் என்னை பொறியியல் படிக்க ஊக்குவித்தார்.

சக்திகுமார்

ஏரோனாட்டிக்கல் பிரிவைத் தேர்வு செய்தேன். சிறிய கிராமத்தில், அரசுப் பள்ளியில் கல்வி பெற்ற எனக்கு, கல்லூரி புதிய திறப்பாக இருந்தது. என் துறை சார்ந்து ஆழமாக படிக்க ஆரம்பித்தேன். அப்போது, இஸ்ரோவில் இணைய வேண்டும் என்ற கனவு உருவானது. இதனால், மேற்படிப்புக்குச் செல்ல முடிவு செய்தேன். ராஞ்சியில் உள்ள புகழ்பெற்ற பிர்லா இன்ஸ்டிடியூட் ஆஃப் டெக்னாலஜி கல்லூரியில் இடம் கிடைத்தது. விண்வெளி ஆராய்ச்சி சார்ந்து என்னுடைய ஆர்வத்துக்கு அக்கல்லூரி களம் அமைத்துத்தந்தது.

ஸ்டார்ட்அப் தொடங்கலாம் என்ற எண்ணம் எப்போது வந்தது?

முதுகலை முடித்துவிட்டு, 2011-ல் பெங்களூரு இந்திய அறிவியல்கழகத்தில் ஆய்வு மாணவனாக சேர்ந்தேன். அங்கு ராக்கெட்டுக்கான எரிபொருள் சார்ந்த ஆராய்ச்சியை மேற்கொள்ள ஆரம்பித்தேன். செயற்கைக்கோளுக்கு எரிபொருள் தீர்ந்துவிட்டால் அதை தூக்கிப் போட்டுவிடுவார்கள். அதற்குப் பதிலாக, மீண்டும் எரிபொருள் நிரப்பினால் என்ன என்ற ஐடியா உதயமானது.

உலக அளவில் செயற்கைக்கோளுக்கு மீண்டும் எரிபொருள் நிரப்புவது குறித்து பெரிதளவில் யாரும் ஆர்வம் காட்டவில்லை. அது சாத்தியமா என்ற கேள்வியே பிரதானமாக இருந்தது. நானும் அந்தக் கேள்வியின் வழியாகவே என்னுடைய ஆராய்ச்சியைத் தொடங்கினேன்.

ஆழமாகச் செல்லச் செல்ல, செயற்கைக்கோளுக்கு மீண்டும் எரிபொருள் நிரப்புவது சாத்தியம் என்பதைக் கண்டுபிடித்தேன்.

அதன் பிறகு, அதை எப்படி நடைமுறைப்படுத்துவது என்ற ஆராய்ச்சியில் ஈடுபட ஆரம்பித்தேன். இதனிடையே, 2019-ம் ஆண்டில் என்னுடைய பேராசிரியர் ஒருவர் ராக்கெட் துறை சார்ந்த ஸ்டார்ட்அப் நிறுவனத்தைத் தொடங்கினார். அதற்கான ஆராய்ச்சி மேம்பாட்டு பிரிவின் தலைவராக என்னை நியமித்தார்.

கரோனா வந்ததால், அந்த நிறுவனத்தை நடத்த முடியாத சூழல் ஏற்பட்டது. பேராசிரியரின் ஸ்டார்ட்அப் நிறுவனத்தில் பங்கேற்றதால், ஸ்டார்ட்அப் அணுகுமுறையின் சாத்தியம் குறித்த புரிதல் எனக்கு ஏற்பட்டது. சொந்தமாக ஸ்டார்ட்அப் தொடங்கினால், என்னுடைய ஆராய்ச்சியை இன்னும் பெரிய அளவுக்கு கொண்டு செல்ல முடியும் என்று தோன்றியது. இதனால், நண்பர்களின் உதவியுடன் ஸ்டார்ட்அப் ஆரம்பித்தேன்.

என்ன விதமான சவால்கள் உங்கள் முன் இருந்தன? அதை எப்படி எதிர்கொண்டீர்கள்?

முதல் சவால். பணம். இந்தியாவில் ஆராய்ச்சி செயல்பாடுகளுக்கு பெரிய அளவில் சன்மானம் வழங்கப்படுவதில்லை. நான் 2011-ல் ஆராய்ச்சி மாணவனாக இந்திய அறிவியல் கழகத்தில் சேர்ந்தபோது எனக்கான மாத சன்மானம் ரூ.18 ஆயிரம். 2019-ல் அது ரூ.40 ஆயிரமாக உயர்ந்தது. இதனால், என்னிடம் போதிய பணம் இல்லை. நண்பர்களிடம் கடன் பெற்றே ஸ்டார்ட்அப் தொடங்கினேன். என் மனைவி எனக்கு உறுதுணையாக இருந்தார்.

இரண்டாவதாக, என்னுடைய ஆராய்ச்சியை எப்படி பிசினஸாக மாற்றுவது என்பது எனக்கு ஆரம்பத்தில் சவாலாக இருந்தது. வெளிநாடுகளுக்கு பயணம் செய்து அங்குள்ள விஞ்ஞானிகளிடம் உரையாடினேன். பல்வேறு ஸ்டார்ட்அப் கூட்டங்களில் கலந்துகொண்டேன். படிப்படியாக ஸ்டார்ட்அப் செயல்பாடு எனக்கு புலப்பட ஆரம்பித்தது.

என்னுடைய பேராசிரியர் சிவக்குமார் எனக்கு உறுதுணையாக இருந்தார். அதேபோல், எங்கள் நிறுவனம் டீப்டெக் ஸ்டார்ட்அப் என்பதால் நிதி திரட்டுவது சவாலாக இருந்தது. செயற்கைக்கோளுக்கான எரிபொருளை நிரப்புவது, விண்வெளியில் எரிபொருள் நிலையம் அமைப்பது குறித்து முதலீட்டாளர்கள் நம்பிக்கை கொள்ளவில்லை. இதனால், முதலீடு செய்ய தயக்கம் காட்டினர்.

பல்வேறு முயற்சிகளுக்குப் பிறகு மத்திய அரசிடமிருந்து மானியம் கிடைத்தது. இதைத் தொடர்ந்து 'ஸ்டார்ட்அப் தமிழ் நாடு' அமைப்பை அணுகினேன். எங்கள் நிறுவனத்தின் முக்கியத்துவத்தை உணர்ந்த ஸ்டார்ட்அப் தமிழ்நாடு, எஸ்.சி. / எஸ்.டி. பிரிவின்கீழ் ரூ.4.5 கோடிக்கு பங்கு முதலீடு செய்தது. இந்தியாவிலேயே மாநில அரசு ஸ்டார்ட்அப் நிறுவனத்தில் பங்கு முதலீடு மேற்கொண்டது எங்கள் ஸ்டார்ட்அப்பில்தான். அதன் பிறகு வெளி முதலீடுகள் வரத் தொடங்கின. நாங்கள் எதிர்பார்த்ததை விடவும், குறுகிய காலத்திலேயே எங்கள் தயாரிப்பை உருவாக்கிவிட்டோம்.

அடுத்த ஆண்டு தொடக்கத்தில் எங்கள் தயாரிப்பை விண்ணில் செலுத்தி சோதனை செய்ய உள்ளோம். அது வெற்றிகரமாக அமையும்பட்சத்தில், செயற்கைக்கோள் எரிபொருள் சார்ந்து உலக அளவில் பெரிய சந்தை வாய்ப்பு உருவாகும். இத்துறையில் உலகின் முன்னோடி நிறுவனமாக ஆர்பிட் எய்டு ஏரோஸ்பேஸ் அடையாளம் பெறும்.

இந்தப் பயணத்தில் நீங்கள் கற்றுக்கொண்ட பாடம் என்ன?

பொறுமை. விண்வெளித் துறையைப் பொறுத்தவரையில் நினைப்பவை எதுவும் உடனே நடந்துவிடாது. பொறுமையுடனும் நிதானத்துடனும் இருக்க வேண்டும். அதன் நீட்சியாக வாழ்க்கையையும் பொறுமையுடன் அணுகக் கற்றுக்கொண்டேன்.

அதேபோல், விண்வெளியிலிருந்து பார்க்கையில் பூமியில் உள்ள அனைத்தும் மிகச் சிறியதாக தோன்றும்.

இது என் முன் இருக்கும் பிரச்சினைகளை விலகி நின்று பார்க்கும் பக்குவத்தைக் கற்றுத் தந்தது. நாம் எதிர்கொள்ளும் பிரச்சினைகளைக் கண்டு நாம் துவண்டுவிடக் கூடாது. நாம் விலகி நின்று பார்க்கையில், அவை சிறியதாக தெரிய ஆரம்பித்துவிடும். நமக்கு இதெல்லாம் வராது என்று நாம் எதையும் நினைத்துவிடக் கூடாது. எல்லாராலும் எல்லாவற்றையும் கற்றுக்கொள்ள முடியும். உழைப்பும், ஈடுபாடும்தான் முக்கியம்.

11

பிசினஸ் என்பது கடலுக்கு போகிற மாதிரி நிச்சயமின்மை நிரம்பிய பயணம்!

◆ Ippo Pay நிறுவனர் & சிஇஓ **மோகன்**

இந்தியாவில் 2016-ம் ஆண்டு நடைமுறைக்கு வந்த யுபிஐ, அன்றாட பணப்பரிவர்த்தனை நடைமுறையில் மிகப் பெரிய புரட்சியை ஏற்படுத்தி உள்ளது. எனினும், மூன்று நிறுவனங்களே இத்துறையில் ஆதிக்கம் செலுத்துகின்றன: 'கூகுள் பே', 'போன் பே', 'பேடிஎம்'. இவற்றில் 'கூகுள் பே' வெளிநாட்டு நிறுவனம். 'போன் பே' பெங்களூருவையும், 'பேடிஎம்' நொய்டாவையும் தலைமையிடமாகக் கொண்டது.

மோகனுக்கு ஒரு கேள்வி எழுந்தது: ஒட்டுமொத்த நாடே யுபிஐ நடைமுறைக்கு வேகமாக மாறி வருகிறது. ஏன், 8 கோடி மக்கள் தொகையை கொண்ட தமிழ்நாட்டிலிருந்து ஒரு யுபிஐ நிறுவனம்கூட உருவாகவில்லை? கேள்வியோடு அவர் நிற்கவில்லை. "நாமே அப்படி ஒரு செயலியை உருவாக்கலாமே" என்று முடிவெடுத்தவர், 2020-ம் ஆண்டு 'இப்போ பே' (Ippo Pay) செயலியை உருவாக்கினார்.

தமிழ்நாட்டின் முதல் யுபிஐ செயலி அதுதான். மூன்றே ஆண்டுகளில் கவனிக்கத்தக்க நிறுவனமாக அது உருவெடுத்துள்ளது. தற்போது, தமிழ்நாட்டில் 'இப்போ பே' மூலம் தினமும் ரூ.8 கோடி பரிவர்த்தனை நடைபெறுகிறது. 7 பேரோடு தொடங்கப்பட்ட இந்நிறுவனத்தில் இன்று 400 பேர் வேலை செய்கிறார்கள்.

மோகன்

சென்னை தவிர்த்து, பெங்களூரு, மும்பையில் அந்நிறுவனம் அலுவலகங்களைக் கொண்டிருக்கிறது. இதில் சுவாரஸ்யம் என்னவென்றால், இந்த நிறுவனத்தை உருவாக்கியுள்ள மோகன், ஐஐடியில் படித்தவரோ, தொழில்முனைவு குடும்பப் பின்புலத்தைச் சேர்ந்தவரோ இல்லை. படிப்பிலும் மிகச் சுமாரான மாணவன். கல்லூரியில் 30 அரியர். பிறகு எப்படி இந்த வளர்ச்சி சாத்தியமானது, இந்த மாற்றத்துக்கு பின்னிருக்கும் கதை என்ன? மோகனுடன் உரையாடினேன்.

உங்கள் குடும்பச் சூழல், இளைமைப் பருவத்தைப் பற்றி பகிர்ந்துகொள்ள முடியுமா?

ராமேஸ்வரம் என்னுடைய சொந்த ஊர். கடலில் மீன் பிடிப்பதுதான் பரம்பரைத் தொழில். 1980-களில் வளைகுடா நாடுகளில் அதிக வேலைவாய்ப்பு உருவானது. தமிழ்நாட்டிலிருந்து நிறைய பேர் அங்கு வேலைக்காக சென்றனர். மீனவத் தொழிலிருந்து விடுபட்டு குடும்பத்தை முன்னேற்ற வேண்டும் என்ற எண்ணத்தில் என் அப்பா கடன் வாங்கி, விசா எடுத்து துபாய் சென்றார்.

அங்கு கப்பலில் வேலை என்று அழைத்துப் போனார்கள். ஆனால், அவருக்கு கடலில் மீன் பிடிக்கும் வேலையே கொடுத்தார்கள். என்

அப்பாவுக்கு என்ன செய்வதென்று தெரியவில்லை. குடும்பத்தை காப்பாற்றுவதற்காக வேறு வழியில்லாமல் பல்லைக் கடித்துக்கொண்டு அங்கு வேலை பார்க்க ஆரம்பித்தார்.

இதனால், நான் முற்றிலும் என் தாயின் கண்காணிப்பில்தான் வளர்ந்தேன். மிகக் கண்டிப்புடன் என்னை வளர்த்தார். அவரிடம் நான் அடிவாங்காத நாளே இல்லை. பள்ளிப் பருவத்தில், நான் ஒரு தத்தியாகவே இருந்திருக்கிறேன். மிகவும் சிரமப்பட்டுதான் 12-ம் வகுப்பில் தேர்ச்சி பெற்றேன். அப்பா விருப்பத்துக்காக பொறியியல் படிப்பில் சேர்ந்தேன். எல்லா பாடங்களிலும் அரியர்.

குடும்பம், வாழ்க்கைக் குறித்து எந்தக் கவலையும், பொறுப்பும் இல்லாமல் சுற்றிக்கொண்டிருந்த என்னிடத்தில், நான்காம் ஆண்டில் மாற்றம் நிகழ்ந்தது. "நாம் பட்டம் பெறாவிட்டால், அப்பா போல் மீன்பிடிக்கத்தான் செல்ல வேண்டும். இதிலிருந்து மீள பொறியியல் படிப்பில் எப்படியாவது பாஸ் ஆகிவிட வேண்டும்" என்று முடிவு செய்தேன். கடைசி செமஸ்டரில் 30 அரியர்களையும் ஒரே அமர்வில் எழுதி தேர்ச்சி பெற்றேன்.

கல்லூரி முடித்த பிறகு என்ன செய்தீர்கள்?

கல்லூரி முடித்த கையோடு, சென்னைக்கு வேலை தேடி வந்தேன். ஆண்டு 2006. சென்னையில் இருந்த என் அப்பாவின் நண்பர் யூஜின் ஜோசப்பை முதலில் சந்தித்தேன். அவருடைய வீட்டிலேயே என்னை தங்கி வேலை தேடச் சொன்னார். எனக்கு அவர் வழிகாட்டியாகவும் திகழ்ந்தார்.

நான் கல்லூரியில் படிப்பில் கவனம் செலுத்தவில்லை என்றாலும் கடைசி வருட புராஜெக்ட் நன்றாக செய்திருந்தேன். அதன் அடிப்படையில் சென்னையில் வெப் டிசைனராக ஒரு சிறிய நிறுவனத்தில் வேலை கிடைத்தது.

2008-ம் ஆண்டில் 'ரோம்சாஃப்ட்' நிறுவனத்தை தொடங்கியுள்ளீர்கள். 12-ம் வகுப்பு வரையில் தமிழ் தவிர எதிலும் தேர்ச்சி அடையாத, கல்லூரியில் 30 அரியர் வைத்திருந்த ஒருவர், எப்படி சென்னை வந்த இரண்டே ஆண்டில் சொந்தமாக நிறுவனம் தொடங்கும் முடிவுக்கு வந்தார்?

முதல் நிறுவனத்தில் 2 ஆண்டுகள் அனுபவம் பெற்ற பிறகு, இன்னொரு நிறுவனத்துக்கு மாறினேன். அங்கு வேலையில் சேர்ந்த

15 நாட்களில் அந்த நிறுவனத் தலைவர், "மோகன் உனக்கு வேலை தெரியவில்லை. உன்னை அலுவலகத்திலிருந்து நீக்குகிறோம்" என்றார். "சார், என்னுடைய முந்தைய பணி அனுபவத்துக்கும் தற்போதைய வேலைக்கும் நிறைய வித்தியாசம் இருக்கிறது. எனக்கு கொஞ்சம் அவகாசம் தாருங்கள். சீக்கிரமே கற்றுக்கொள்வேன்" என்று கெஞ்சினேன்.

"எங்களுக்கு அதற்கெல்லாம் நேரம் இல்லை. நீ கிளம்பலாம்" என்றார். பாதி மாதம் வேலை பார்த்ததற்கான ஊதியமாக ரூ.6,000 தந்து வெளியே அனுப்பினார்கள். அதைக் எடுத்துக்கொண்டு அண்ணா நகர் சாலையில் நடக்க ஆரம்பித்தேன். எனக்கு மிகுந்த அவமானமாக இருந்தது. கண்ணீர் வடிந்து கொண்டே இருந்தது. ஒரு கட்டத்தில் கண்ணீர் தீர்ந்து வைராக்கியம் பிறந்தது. "இனி யாரும் என்னை வேலையைவிட்டு நீக்கக்கூடாது. அப்படி என்றால் என்ன செய்வது? நானே ஒரு நிறுவனம் ஆரம்பிக்க வேண்டும்."

நேராக ஒரு கடைக்குச் சென்று 2 பிரியாணி வாங்கி சாப்பிட்டுவிட்டு அறைக்கு வந்து தூங்கினேன். 15 மணி நேரம் தூங்கி இருப்பேன். மறுநாள் காலை கண் விழித்ததும் முதல் வேலையாக, என்னுடைய மடிக்கணினியை எடுத்து இணையத்தில் ஃப்ரீலான்ஸ் வேலைகளை தேட ஆரம்பித்தேன். எனக்கு வெப் டிசைன் நன்றாக தெரியும். தனிநபராக வேலை தேடாமல் நிறுவனத்தின் பெயரில் வேலை தேடினால் நிறைய வாய்ப்புகள் கிடைக்கும் என்ற முடிவில் 'ரோம்சாஃப்ட்' என்ற நிறுவனம் உருவாக்கினேன். ஃப்ரீலான்ஸ் வாய்ப்புகள் கிடைக்க ஆரம்பித்தன.

'இப்போ பே' ஐடியா எப்போது உருவானது?

'ரோம்சாஃப்ட்' 6 பேர் கொண்ட நிறுவனமாக வளர்ந்திருந்தது. அதன் வழியே ஓரளவு வருமானம் வந்துகொண்டிருந்தது. இதனிடையே, புதிதாக முயற்சித்துப் பார்ப்போம் என்று சில ஸ்டார்ட்அப் நிறுவனங்கள் தொடங்கினேன். எதுவும் எடுபடவில்லை. சொல்லப்போனால், 2018 வரை எந்த மாற்றமும் இல்லாமல் வாழ்க்கை சென்று கொண்டிருந்தது. இந்த சமயத்தில் என் அப்பா என்னை துபாய்க்கு அழைத்தார். அப்போது அங்கு ஒரு ஸ்டார்ட்அப் நிகழ்ச்சி நடை பெற்றுக்கொண்டிருந்தது.

வெவ்வேறு நாடுகளிலிருந்து தொழில்முனைவோர்கள் வந்திருந்தனர். அந்நிகழ்ச்சிக்கு நான் சென்றேன். அங்கு எனக்கு அறிமுகமானவர்தான் உமர். துபாயில் பேமெண்ட் கேட்வே ஸ்டார்ட்அப் ஆரம்பிக்கும் ஐடியாவில் இருந்த உமர், என்னைப் போலவே வாய்ப்புகளை எதிர்பார்த்து அந்த நிகழ்ச்சிக்கு வந்திருந்தார். இருவரும் சந்தித்தோம். இருவரும் தத்தம்

கதைகளைப் பகிர்ந்துகொண்டோம்.

அவருக்கு என்னுடைய வாழ்க்கைப் பயணம் பிடித்திருந்தது. "சேர்ந்து ஸ்டார்ட்அப் ஆரம்பிக்கலாமா?" என்று கேட்டார். நான் உடனே சரி என்றேன். அப்படித்தான் 'பொலுசி' (Foloosi) ஆரம்பமானது. ஐக்கிய அரபு அமீரகத்துக்கான பேமெண்ட் கேட்வே செயலி அது. இந்தியாவில் இருந்தபடி அந்தச் செயலி உருவாக்கத்துக்கான வேலைகளை செய்துகொடுப்பது என்னுடைய பொறுப்பு.

2018 ஏப்ரலில் நிறுவனம் தொடங்கப்பட்டது. அந்தச் செயலிக்கு ஐக்கிய அரபு அமீரகத்தில் நல்ல வரவேற்பு கிடைத்தது. என்னுடைய அதுவரையிலான தொழில் பயணத்தில் நான் பார்த்த முதல் பெரிய வெற்றி அது. அந்த வெற்றி எனக்கு மிகப் பெரும் நம்பிக்கை கொடுத்தது.

இதைபோல் இந்தியாவில் எதாவது நாம் செய்ய வேண்டும் என்று எனக்கு தோன்றியது. அந்த சமயத்தில் ரிசர்வ் வங்கி வெளியிட்ட அறிக்கையின்படி, இந்தியாவில் 30 சதவீத அளவிலேயே யுபிஐ ஊடுருவி இருந்தது. சிறு, குறு ஊர்களில் யுபிஐ இன்னும் அதிகமாக கொண்டு சேர்க்க வேண்டிய தேவை இருந்தது. இதுதான் நமக்கான சந்தை என்று முடிவெடுத்தேன். 2020-ம் ஆண்டு நவம்பரில், நண்பர் ஜெயக்குமாருடன் இணைந்து 'இப்போ பே' நிறுவனத்தைத் தொடங்கினேன்.

முதலீட்டாளர்கள் 'இப்போ பே' நிறுவனத்தை எப்படிப் பார்த்தார்கள்?

100-க்கும் மேற்பட்ட முதலீட்டாளர்களை சந்தித்துப் பேசினேன். யாருக்கும் 'இப்போ பே' மேல் நம்பிக்கை இல்லை. கூகுள் பே, போன்பே, பேடிஎம் போன்ற பெரிய நிறுவனங்களுடன் உங்களால் போட்டியிட முடியாது என்றார்கள்.

அப்போது ஒரு இரவில் தூங்காமல், அமெரிக்காவின் பிரபலமான காயின்பேஸ் நிறுவனத்தின் தலைவர் பிரைன் ஆம்ஸ்ட்ராங்குக்கு குருட்டு நம்பிக்கையில் மெயில் அனுப்பினேன். ஒரு மாதம் கழித்து அழைப்பு வந்தது. "நான் ப்ரைனின் உதவியாளர் பேசுகிறேன். நீங்கள் மின்னஞ்சல் செய்திருந்தீர்கள் அல்லவா. சொல்லுங்கள், என்ன விஷயம்?"

"கிராமங்களுக்கு டிஜிட்டல் பரிவர்த்தனை தொழில்நுட்பத்தைக் கொண்டு செல்ல விரும்புகிறேன். அதற்கென்று ஒரு யுபிஐ செயலியை உருவாக்கி இருக்கிறேன்" என்று ஆரம்பித்து, நான் பிறந்து வளர்ந்த கதை எல்லாம் சொன்னேன். நம்பமாட்டீர்கள், 20 நிமிட உரையாடலின்

முடிவில் அவர் 'இப்போ பே' யில் 2 மில்லியன் டாலர் முதலீடு செய்வதாக அறிவித்தார். அதைத் தொடர்ந்து இந்தியாவில் மற்ற முதலீட்டாளர்களும் முதலீடு செய்ய முன்வந்தனர். அதன் பிறகு 'இப்போ பே' வேகமெடுக்கத் தொடங்கியது.

இந்தப் பயணத்தில் நீங்கள் உணர்ந்துகொண்ட விஷயம் என்ன?

யோசித்துப் பார்த்தால், பிசினஸ் என்பது கடலுக்குப் போகிற மாதிரிதான். முழுக்கவும் நிச்சயமின்மையால் நிரம்பிய பயணம் அது. நம்பிக்கையின் வழியே முன்னகர்ந்து செல்கிறோம். வாழ்க்கையும் அப்படித்தானே. எந்த ஒரு இக்கட்டான தருணத்திலும் பொறுமையுடனும், விடாமுயற்சியுடனும் இருக்க வேண்டும் என்பதை இந்தப் பயணத்தில் கற்றுக்கொண்டேன்.

●

12

யூடியூப் சேனல் ரூ.100 கோடி மதிப்புமிக்க நிறுவனமாக மாறியது எப்படி?

◆ GUVI நிறுவனர் & சிஇஓ **அருண் பிரகாஷ்**

ஐடி துறைக்கு தேவையான சி, சி++, ஜாவா உள்ளிட்ட தொழில்நுட்ப திறன்களை எளிமையான முறையில் கற்றுத்தரும் நோக்கில், 2011-ம் ஆண்டு ஒரு யூடியூப் சேனலைத் தொடங்கினார் அருண் பிரகாஷ். இன்று அது 'குவி' (GUVI) என்ற பெயரில் ரூ.100 கோடி மதிப்புள்ள ஸ்டார்ட்அப் நிறுவனமாக உருவெடுத்து இருக்கிறது. இதில் கவனிக்கத்தக்க விஷயம் என்னவென்றால், அருண் தொழில்முனைவு குடும்ப பின்புலத்தைக் கொண்டவரோ, மேல்தட்டு வர்க்க குடும்பத்தைச் சேர்ந்தவரோ இல்லை. மதுரையில் நடுத்தர வர்க்க குடும்பத்தில் பிறந்தவர்.

உள்ளூரிலேயே பொறியியல் முடித்தவருக்கு பன்னாட்டு நிறுவனம்ஒன்றில் வேலை கிடைத்தது.பணி அனுபவம் வழியே மென்பொருளில் நிபுணத்துவம் பெற்ற அவருக்கு, அதை பிறருக்குக் கற்றுக் கொடுப்பதிலும் ஆர்வம் இருந்தது. அதன் நீட்சியாக யூடியூப் சேனல் ஒன்றைத் தொடங்கினார். இன்று அது இந்திய அளவில் கவனம் ஈர்க்கும், எட்டெக் (EdTech) ஸ்டார்ட்அப் நிறுவனமாக வளர்ந்துள்ளது. இந்த வளர்ச்சி எப்படி சாத்தியமானது... அருண் பிரகாஷ் உடன் உரையாடினேன்...

அருண் பிரகாஷ்

யூடியூப் சேனல் தொடங்கி தொழில் நுட்பங்களை கற்றுத்தர வேண்டும் என்ற எண்ணம் எப்படி வந்தது?

சொல்லப்போனால், நான் நடுத்தர வர்க்கம் கிடையாது. கீழ்நடுத்தர வர்க்கத்தைச் சேர்ந்தவன். என்னுடைய அப்பா ஜவுளிக்கடையில் வேலை பார்த்துக்கொண்டிருந்தார். அவருடைய மாத ஊதியம் ரூ.4,000. இந்த சிரமத்துக்கு மத்தியில்தான் அவர் என்னை படிக்க வைத்தார். அதனால், மிகுந்த பொறுப்புடனே கல்லூரியில் படித்தேன். படிப்பு முடிந்ததும் நல்ல நிறுவனத்தில் வேலை கிடைத்தது. 2003-ல் 'ஹனிவெல்' நிறுவனத்தில் சேர்ந்தேன். பின்னர் 'பே பால்' நிறுவனத்துக்கு மாறினேன். இரண்டும் பன்னாட்டு நிறுவனங்கள். அங்கு பணியாற்றியது எனக்கு பல்வேறு திறப்புகளை அளித்தது.

2008 வாக்கில் என் கல்லூரிக்கு ஒரு நிகழ்ச்சிக்காக சென்றேன். அப்போது அங்கு படித்துக்கொண்டிருந்த மாணவர்களிடம் பேசியபோது எனக்கு ஒரு விஷயம் அதிர்ச்சியளித்தது. பெரும்பாலான மாணவர்களுக்கு

தங்கள்துறை குறித்த அடிப்படையான விஷயங்கள்கூட தெரியவில்லை. எனவே, அவர்களுக்கு எளிய முறையில் தொழில்நுட்பங்களை சொல்லிக்கொடுக்கலாம் என்று முடிவு செய்தேன். நான் நிறுவனத்தில் வேலை பார்த்துக்கொண்டிருந்ததால், அவர்களுக்கு நேரடியாக சென்று சொல்லிக்கொடுக்க முடியாது. எனவே யூடியூப்பில் வீடியோவாக போடலாம் என்று முடிவு செய்தேன். என்னுடைய விடுமுறை நாட்களில் வீடியோ எடுத்து பதிவேற்றம் செய்யத்தொடங்கினேன்.

ஆரம்ப நாட்களில் அந்த வீடியோக்களை யாரும் பார்க்கவில்லை. சரி, இப்போது பார்க்காவிட்டால் என்ன, பிற்பாடு பார்ப்பார்கள் என்ற எண்ணத்தில் தொடர்ந்து வீடியோக்களை பதிவேற்றம் செய்தேன். மூன்று மாதம் கழிந்திருக்கும். திடீரென்று என்னுடைய வீடியோக்களை 10 லட்சம் பேர் பார்த்திருந்தனர். எனக்கு ஆச்சர்யம். யார் இவர்கள் என்று தேடிப்பார்த்தால், அமெரிக்கா, இங்கிலாந்து, சிங்கப்பூரில் முதுகலை படிக்கச் சென்ற தமிழர்கள். சிலர் முன்னணி நிறுவனங்களில் வேலை பார்த்துக்கொண்டிருந்தனர். அவர்களுக்கும் எளிய முறையில் தொழில்நுட்பங்களை புரிந்துகொள்ள வேண்டிய தேவை இருப்பதை உணர்ந்தேன்.

இதைப் பற்றி அலுவலகத்தில் மதிய உணவு இடைவெளியின்போது நண்பர்களுடன் பகிர்ந்துகொண்டிருந்தேன். "தமிழ்நாட்டில் 500-க்கு மேல் பொறியியல் கல்லூரிகள் உள்ளன. அவற்றில் முன்னணி கல்லூரிகளைத் தவிர்த்து ஏனைய கல்லூரி மாணவர்களுக்கு அடிப்படை தெரியவில்லை" என்றேன். மற்ற நண்பர்களும் அவர்கள் மாநிலத்திலும் இதுதான் நிலைமை என்று சொன்னார்கள். அப்போது ஒரு முடிவுக்கு வந்தேன்: தமிழ்நாடு மட்டுமல்ல, இந்தியா முழுமைக்கும் பொறியியல் மாணவர்களுக்கு ஐடி துறை துறைசார்ந்த அடிப்படையான விஷயங்களை எளிய முறையில் கற்பிக்க வேண்டும். எனவே, அலுவலக நண்பர்கள் உதவியுடன், வீடியோக்களை தமிழ், ஆங்கிலம் மட்டுமல்லாது, தெலுங்கு, கன்னடம், இந்தி உள்ளிட்ட பிராந்திய மொழிகளிலும் வெளியிட ஆரம்பித்தேன். இப்படியாகத்தான் குவியின் யூடியூப் பயணம் தொடங்கியது.

நீங்கள் சொல்வது ஒருவகையில் டியூசன் மாதிரிதான். பள்ளி மற்றும் கல்லூரிப்பாடங்களை சொல்லித் தரக்கூடிய நல்ல டியூசன் ஆசிரியர்கள் ஒவ்வொரு ஊர்களிலும் உண்டு. ஆனால், அவர்களது கற்பித்தல் செயல்பாடு ஊர் அளவிலேயே நின்றுவிடுகிற நிலையில் நீங்கள் அதை ஒரு நிறுவனமாகவே மாற்றியுள்ளீர்கள். உங்கள் கற்பித்தல் செயல்பாட்டை நிறுவனமாக மாற்றலாம் என்ற ஐடியா எப்போது உங்களுக்கு வந்தது?

உண்மையில், நிறுவனம் தொடங்கி சம்பாதிக்க வேண்டும்என்ற எண்ணம் எனக்கு அப்போது இல்லை. ஏனென்றால், என் வேலை மூலமே எனக்கு நல்ல ஊதியம் வந்துகொண்டிருந்தது. ஆனால், இந்த வீடியோக்களை முறைப்படுத்தி கொண்டு சேர்க்க ஒரு அணி தேவையாக இருந்தது. நிறுவனம் என்ற ஒரு கட்டமைப்பு வழியாகவே அது சாத்தியம் என்பதை உணர்ந்தேன். 2014-ல் குவி நிறுவனமாக மாறியது.

என்னுடைய மனைவியும் என்னுடன் 'பே பால்' நிறுவனத்தில் வேலை பார்த்துக்கொண்டிருந்தார். முதலில் அவர்தான் தனது வேலையை விட்டுவிட்டு குவி நிறுவனத்தை கவனிக்கும் பொறுப்பில் முழுநேரமாக தன்னை ஈடுபடுத்திக்கொண்டார். குவி நன்றாக வளரும் என்ற சாத்தியத்தை ஆறு மாதங்களிலேயே உணர்ந்துகொண்டோம். இதையடுத்து நான் வேலையிலிருந்து விலகி குவியில் முழு நேரமாகஇறங்கினேன். மற்றொரு நண்பர் பாலாவும் எங்களுடன் இணைந்தார். மென்பொருள் துறையில் கிடைத்த நீண்ட அனுபவத்தை அடிப்படையாகக் கொண்டு நிறுவனத்தின் இலக்கையும் செயல்பாட்டையும் திட்டமிட்டு வடிவமைத்தோம்.

நிறைய இளைஞர்கள் தொழில் தொடங்குவதற்கான நல்ல ஐடியாவுடன் இருக்கிறார்கள். ஆனால், அந்த ஐடியாவை தொழிலாக மாற்றுவதற்கான செயல்பாடு அவர்களுக்கு கடினமாக இருப்பதாக சொல்கிறார்கள். அதேபோல், தொழில் தொடங்க வேண்டும் என்ற எண்ணத்தில் இருப்பவர்கள் தங்களுக்கு அதற்கான பணபலம் இல்லை என்று குறைபடுவதையும் பார்க்க முடிகிறது. இந்தக் காலகட்டத்தில் நிறுவனம் தொடங்குவதற்கு பணம் என்பது மிகவும் அத்தியாவசியமான ஒன்றா? உங்கள் அனுபவம் என்ன?

இந்தக் காலகட்டத்தில் நிறுவனம் தொடங்குவதற்கு பணம் என்பது பிரதானமான ஒன்று இல்லை. நல்ல ஐடியாவும் அதை செயல்படுத்திக்காட்டும் திறனும்தான் முக்கியம். உங்கள் நிறுவனத்துக்கான சந்தை வாய்ப்பைப் பொறுத்து வெளியிலிருந்து நிதி திரட்டிக்கொள்ள முடியும்.

நிறுவனம் தொடங்குவதற்கு முன்பு இந்த 3 கேள்விகளைக் கேட்டுக்கொள்வது அவசியம் என்று நினைக்கிறேன். எது உங்களுக்கு பிடித்தமான விஷயம், எதில் நீங்கள் சிறப்பாக செயல்படுவீர்கள், உங்களின் எந்த பங்களிப்புக்காக மக்கள் உங்களுக்கு பணம் தர முன்வருவார்கள்? என்னைப் பொறுத்தவரையில், எனக்கு கற்றுத்தருவது மிகவும் பிடிக்கும், தொழில்நுட்பம் எனக்கு நன்றாக தெரியும், மூன்றாவது கேள்வியான, மக்கள் என்னுடைய செயல்பாட்டுக்கு பணம் செலுத்த

தயாராக இருப்பார்களா என்பதற்குத்தான் நான் விடை தேட வேண்டி இருந்தது.

ஒவ்வொரு பொறியியல் கல்லூரிக்கும் நேரில் சென்று குவியின் செயல்பாடு குறித்து விளக்கினோம். அது மாணவர்களுக்கு எத்தகைய பயனுள்ளதாக இருக்கும் என்று எடுத்துக் கூறினோம். இப்படியாகத்தான், மக்கள் குவியின் சேவைக்கு பணம் வழங்குவதற்கான சாத்தியத்தை உருவாக்கினோம். ஐடியாவை தொழிலாக மாற்றுவது என்பது சவாலான ஒரு விஷயம்தான். ஆனால், நாம் களமிறங்கி இருக்கும் துறை சார்ந்த போக்கை உற்றுக்கவனித்தால், அதில் உள்ள தொழில் வாய்ப்புகள் கண்ணுக்கு தெளிவாக புலப்பட ஆரம்பிக்கும்.

இந்த ஸ்டார்ட்அப் பயணத்தில் நீங்கள் கற்றுக்கொண்ட பாடம் என்ன?

நான் ஆரம்பத்தில் எந்த வீடியோவிலும் என்னுடைய முகத்தைக் காட்ட மாட்டேன். மிகுந்த தயக்கம் இருந்தது. நம்மைப் பற்றி நாமே பெருமிதமாக பேசக்கூடாது, தன்னடக்கமாக இருக்க வேண்டும் என கலாச்சார ரீதியாக சில பண்புகள் நம்மிடம் வேரூன்றி இருக்கின்றன. இந்த விழுமியங்கள் தனி மனிதர்களுக்கு பொருந்தும். ஆனால், நிறுவனத்துக்கு நாம் இந்த விழுமியங்களை எடுத்துச் செல்ல முடியாது. ஆரம்பத்தில் எனக்கு நிறுவனத்தையும் தனிமனிதனையும் பிரித்துப் பார்ப்பதில் குழப்பம் இருந்தது. பிறகுதான் புரிந்துகொண்டேன், உங்கள் நிறுவனத்தை வளர்க்க வேண்டுமென்றால், நிறுவனத்தைப் பற்றி நீங்கள்தான் பேச வேண்டும்.

அதன் ஆன்மாவை நீங்கள்தான் மக்களிடம் கொண்டு சேர்க்க வேண்டும். இவற்றைத்தான் பிராண்டிங் என்றும் மார்க்கெட்டிங் என்றும் நாம் கூறுகிறோம். அமெரிக்கா தன்னுடைய மார்க்கெட்டிங் வழியாகவே இன்று தொழில் வளர்ச்சியில் உலகின் முதன்மையான நாடாக நிலைகொண்டுள்ளது. நிறுவனம் மட்டுமல்ல, ஒவ்வொரு தனிநபரும் தங்கள் பணிசார்ந்து தங்களை பிராண்டிங் மற்றும் மார்க்கெட்டிங் செய்ய வேண்டிய சூழலில் உள்ளனர். அவற்றை எவ்வளவு அழகியல் ரீதியாகவும், நெருடல் ஏற்படுத்தாத வகையிலும் செய்கிறோம் என்பதுதான் முக்கியம் என்பதை இந்தப் பயணத்தில் உணர்ந்துகொண்டுள்ளேன்.

●

13

தொழில்நுட்பங்களைப் பயன்படுத்தி என்ன செய்யப் போகிறோம் என்பதே முக்கியம்!

◆ Aquaconnect நிறுவனர் & சிஇஓ **ராஜமனோகர்**

உலகளாவிய மீன் உற்பத்தியில் இந்தியா 3-வது பெரிய நாடாக உள்ளது. ஆண்டுக்கு சராசரியாக 1.4 கோடி டன் மீன்கள் இந்தியாவில் உற்பத்தி செய்யப்படுகின்றன. இதில் சுவாரஸ்யமான விஷயம் என்னவென்றால், இவற்றில் 30 சதவீதம் மட்டுமே கடலிலிருந்து வருகின்றன. 70 சதவீதம் பண்ணை மற்றும் குளத்திலிருந்து வருகின்றன. அதாவது, நாம் சாப்பிடும் மீன்களில் மூன்றில் ஒன்று மட்டும்தான் கடலிலிருந்து வருகிறது. மீதமுள்ள இரண்டு பண்ணைகளிலிருந்தும் குளங்களிலிருந்தும் வருகின்றன. அந்த வகையில் இந்தியாவில் மிகப் பெரும் சந்தை வாய்ப்பைக் கொண்டதாக மீன்வளத் துறை திகழ்கிறது. எனினும், அது இன்னும் முறைப்படுத்தப்படாத துறையாகவே உள்ளது.

இந்நிலையில், தொழில்நுட்ப உதவியுடன் இத்துறையை நவீனப்படுத்தி வருகிறது ‘அக்வாகனெக்ட்’ (aquaconnect). 2017-ம் ஆண்டு சென்னையை தலைமையிடமாகக் கொண்டு தொடங்கப்பட்ட அக்வாகனெக்ட், மீன் பண்ணைகளின் செயல்பாடுகளை கண்காணிக்கும் தொழில்நுட்பத்தை உருவாக்கி, அதன் வழியே நிதி உதவி, மீன் வளர்ப்புக்குத் தேவையான உணவு பொருட்கள் விநியோகம் உள்ளிட்ட சேவைகளை வழங்கி வருகிறது.

தமிழ்நாடு, ஆந்திரா, மேற்கு வங்கம், உத்தர பிரதேசம், குஜராத், ஒடிசா, அசாம் என நாட்டின் பல்வேறு மாநிலங்களில் செயல்பட்டுவரும் அக்வாகனெக்ட், மீன்வளத் துறையில் இந்தியாவின் கவனிக்கத்தக்க ஸ்டார்ட்அப் நிறுவனமாக உருவெடுத்துள்ளது. ராஜமனோகர் சோமசுந்தரம் (44) அக்வாகனெக்ட் நிறுவனத்தின் நிறுவனர் மற்றும் சிஇஓ. தற்செயலாக தொழில்முனைவில் இறங்கியவர், இன்று ரூ.500 கோடி மதிப்புள்ள நிறுவனத்தை கட்டியெழுப்பியுள்ளார். அவரது தொழில்முனைவுப் பயணத்துக்குப் பின்னிருக்கும் கதை என்ன? உரையாடினேன்...

உங்கள் இளமைப் பருவம், முதல் வேலை பற்றி பகிர்ந்துகொள்ள முடியுமா?

என்னுடைய சொந்த ஊர் சிதம்பரம். அப்பா ஆடிட்டர். அம்மா பள்ளி ஆசிரியை. நான் படித்தது உள்ளூரில் தமிழ்வழிக் கல்விதான். மிகவும் நன்றாக படிக்கக்கூடிய மாணவன். பள்ளி, கல்லூரி காலகட்டத்தில் பெரிய கனவுகள் கிடையாது. நான் எதை செய்கிறேனோ அதை சிறப்பாக செய்ய வேண்டும் என்ற எண்ணம் மட்டும்தான் அப்போது எனக்கு இருந்தது.

நான் மருத்துவராக வேண்டும் என்று பெற்றோர் விரும்பினர். ஆனால், மதிப்பெண் சற்று குறைந்ததால், எனக்கு இடம் கிடைக்காமல் போனது. இதனால், கட்டிடவியல் பொறியியல் எடுத்தேன். கல்லூரி படிக்கும்போது மேற்படிப்புக்கு ஐஐடிக்குச் செல்ல வேண்டும் என்ற எண்ணம் உருவானது. அதற்கு தயாராக ஆரம்பித்தேன். நல்ல மதிப்பெண்ணில் தேர்ச்சி பெற்றேன். ஐஐடி கான்பூரில் இடம் கிடைத்தது.

எனக்கு நவீன தொழில்நுட்பங்கள் மீது ஆர்வம் இருந்தது. இதனால், கட்டிடவியல் படித்திருந்தாலும், பெங்களூருவில் தனியார் மென்பொருள் நிறுவனத்தில் வேலைக்குச் சேர்ந்தேன்.

2007-ம் ஆண்டு - அதாவது கல்லூரி முடித்து வேலையில் சேர்ந்த 4ஆண்டுகளில் - உங்களது முதல் ஸ்டார்ட்அப் நிறுவனமான 'ஹெக்ஸாலேப்ஸ்' (hexolabs) ஆரம்பித்துவிட்டீர்கள். தொழில்முனைவை நோக்கி எப்படி நகர்ந்தீர்கள்?

நான் தொழில்முனைவை நோக்கி வந்தது மிகவும் தற்செயல்தான். நண்பர் ஒருவர் சொந்தமாக ஸ்டார்ட்அப் தொடங்க வேண்டும் என்று சொல்லிக்கொண்டிருந்தார். எனக்கும் அதில் படிப்படியாக ஆர்வம் ஏற்படத் தொடங்கியது. நான் தொழில்நுட்பப் போக்குகளை ஆழ்ந்து

ராஜமனோகர்

கவனித்துவருபவன் என்ற நிலையில், அது சார்ந்த தொழில்வாய்ப்புகளை அலச ஆரம்பித்தேன்.

மொபைல்போன் பரவலாக அறிமுகமாக ஆரம்பித்த காலகட்டம் அது. அந்த சமயத்தில் கறுப்பு வெள்ளை மொபைல்தான் புழக்கத்தில் இருந்தது. இணைய வசதி கிடையாது. நீங்கள் இப்போது நைல் நதி பற்றி தெரிந்துகொள்ள வேண்டுமென்றால், என்ன செய்வீர்கள்? கூகுளில் தேடுவீர்கள். அது உங்களை விக்கிப்பீடியா பக்கத்துக்கு அழைத்துச் செல்லும் இல்லையா. 20 ஆண்டுகளுக்கு முன்னால், உங்கள் கையில் ஸ்மார்ட்போன் கிடையாது, இணையம் கிடையாது. என்ன செய்வீர்கள்? என்சைக்ளோபீடியா புத்தகத்தில்தான் தேட வேண்டும் இல்லையா. மொபைல்போன் வாடிக்கையாளர்கள், மெசேஜ் சேவை மூலம் தங்களுக்குத் தேவையான இத்தகைய விவரங்களை பெற முடிந்தால் எப்படி இருக்கும் என்று யோசித்தோம்.

எஸ்எம்எஸ் விக்கி ஐடியா உதயமானது. இதற்கென்று ஒரு சாட்பாட்டை உருவாக்கினோம். நீங்கள் நைல் என்று மெசேஜ் அனுப்பினால், நாங்கள்

உருவாக்கிய சாட்பாட், விக்கிப்பீடியா பக்கத்தில் நைல் நதிப் பற்றிய விவரங்களைத் தேடி அதை சுருக்கமாக அனுப்பும். இதுதவிர்த்து திறன் மேம்பாட்டு கேம்கள், காலர் டியூன் சேவை வழங்கவும் திட்டமிட்டோம். 2007-ம் ஆண்டு வேலையை ராஜினாமா செய்துவிட்டு நான் ஸ்டார்ட்அப் தொடங்கிவிட்டேன். நண்பர் சில மாதங்கள் கழித்து இணைவதாகக் கூறி இருந்தார். ஆனால், சில காரணங்களால் அவர் கடைசி வரையில் வரவே இல்லை. இதனால், நானே நிறுவனத்தை நடத்த ஆரம்பித்தேன்.

2017-ம் ஆண்டு அக்வாகனெக்ட் நிறுவனத்தை தொடங்கினீர்கள். அதுவரையில், மொபைல் தொழில்நுட்பம் சார்ந்து இயங்கிவந்த நீங்கள், எப்படி சம்பந்தமே இல்லாத மீன்வளத் துறையில் கால்பதித்தீர்கள்? என்ன சவால்கள் உங்கள் முன் இருந்தன? அதை எப்படி எதிர்கொண்டீர்கள்?

ஸ்மார்ட்போன் பயன்பாடு மக்களிடம் அதிகரித்துவந்த நிலையில், ஆண்ட்ராய்ட் மற்றும் ஐஓஎஸ் வழியாக, மக்களின் சவால்களை தீர்க்கும் விதமாக மென்பொருள் டெவலப்பர்களுக்கு நிறைய வாய்ப்புகள் உருவாகிவந்தன. இதனால் தொலைதொடர்பு நிறுவனங்களின் ஆதிக்கம் குறைந்து. ஆப்சர்வீஸ் நிறுவனங்கள் கோலோச்ச தொடங்கின. ஹெக்ஸாலேப்ஸ் நிறுவனத்தின் சேவை தொலைத்தொடர்பு நிறுவனங்களை சார்ந்து இருந்தது. இதனால், அடுத்தடுத்த ஆண்டுகளில் ஹெக்ஸாலேப்ஸின் வளர்ச்சி குறையும் என்பதை கணித்தேன்.

பேடிஎம் நிறுவனத்தின் தாய் நிறுவனமான ஒன்97 கம்யூனிகேஷன்ஸ், எங்களைப் போன்று வேல்யூ ஆடட் சேவையைத்தான் வழங்கிக்கொண்டிருந்தது. தொழில்நுட்பப் போக்கை கணித்த அந்நிறுவனம், மொபைல் பேங்கிங் சேவைக்கு மாறியது. எங்களால், அந்த சமயத்தில் அந்த வாய்ப்பைப் பயன்படுத்திக் கொள்ள முடியவில்லை. இதன் தொடர்ச்சியாக, வேறு துறையில் புதிய ஸ்டார்ட்அப் தொடங்க வேண்டும் என்ற எண்ணம் எழத்தொடங்கியது.

இதனிடையே ஒரு ரயில் பயணத்தின்போது மீன் பண்ணையாளர் ஒருவரை சந்திக்க நேரிட்டது. இந்தியாவின் மீன் உணவு சந்தை குறித்து அவர் கூறிய தகவல் எனக்கு பெரும் ஆச்சரியத்தை அளித்தது. இந்தியாவின் மீன் உணவு சந்தையின் மதிப்பு ரூ.1.5 லட்சம் கோடி. ஆண்டுக்கு 10 சதவீதம் வளர்ச்சியடையும் துறை அது. அந்த சமயத்தில், வேளாண் துறையில் ஸ்டார்ட்அப் நிறுவனங்கள் உருவாகி வந்தன. ஆனால், மீன்வளத் துறையில் சொல்லிக்கொள்ளும் வகையில்

ஸ்டார்ட்அப்கள் இல்லை. நாம் இதில் களம் இறங்கலாம் என்று முடிவு செய்தேன்.

என்னைப் பொறுத்தவரையில், தொழில்நுட்பம் தானாக உலகை முன்னகர்த்திச் செல்வதில்லை. அது ஒரு கருவிதான். அந்த தொழில்நுட்பத்தை பயன்படுத்தி நாம் என்ன செய்யப்போகிறோம் என்பதே முக்கியம். மீன்வளத் துறையில் என்ன பிரச்சினை இருக்கிறது, தொழில்நுட்பத்தைப் பயன்படுத்தி அதை எப்படித் தீர்க்கலாம் என்பதை ஆய்வு செய்ய ஆரம்பித்தேன்.

மீன்வளத் துறையில் மூன்று தரப்பு சம்பந்தப்பட்டிருக்கிறது. ஒன்று, மீன் பண்ணை வைத்திருக்கும் விவசாயி. இரண்டாவது அந்த விவசாயிகளுக்கு மீன் வளர்ப்புக்குத் தேவையான உணவுகள், மருந்துகளை விற்பனை செய்பவர்கள். மூன்றாவது, விவசாயிகளிடமிருந்து மீனை மொத்தமாக கொள்முதல் செய்து விற்பவர்கள்.

ஒவ்வொரு தரப்புக்கும் ஒவ்வொரு பிரச்சினை இருக்கிறது என்பது புலப்பட்டது. அதற்கான தீர்வுகளை உருவாக்க ஆரம்பித்தோம். உதாரணத்துக்கு, மீன் வளர்ப்புக்குத் தேவையான மூலப் பொருட்களை ரீடெய்லர்களுக்கு வழங்குவது, அவர்களுக்கும் ஏற்றுமதியாளர்களுக்கும் தேவையான நிதி உதவியை நிதி நிறுவனங்கள் மூலம் பெற்றுத் தருவது, வளர்ப்பு சார்ந்த ஆலோசனைகள், வளர்க்கப்பட்ட இறால்கள், மீன்களை விற்க வழி செய்வது உள்ளிட்ட சேவைகளை வழங்க ஆரம்பித்தோம்.

மீன்வளத் துறையை முறைப்படுத்த வேண்டுமென்றால், அதற்கான தொழில்நுட்பக் கட்டமைப்பு அவசியம் என்பதை உணர்ந்தேன். இந்தியாவில் இருக்கக்கூடிய மீன் பண்ணைகளில் என்னென்ன மீன்கள் இப்போது வளர்ந்துகொண்டிருக்கின்றன, எப்போது அவை விற்பனைக்கு தயாராகும் என எல்லாவற்றையும் கணிக்கும் வகையில் செயற்கை நுண்ணறிவு மற்றும் செயற்கைக்கோளை அடிப்படையாகக் கொண்ட தொழில்நுட்பக் கட்டமைப்பை உருவாக்கினோம். இத்துறையில் இது ஒரு முன்னோடி தொழில்நுட்பமாக அமைந்தது.

இந்தப் பயணத்தில் நீங்கள் புரிந்துகொண்ட விஷயம் என்ன?

நாம் தேர்ந்தெடுக்கும் பிரச்சினைக்கு சரியான தீர்வை உருவாக்கிவிட்டால், வாடிக்கையாளர்கள் மத்தியில் நம் தயாரிப்பு முக்கியத்துவம் பெற்றுவிடும். அதை விற்க நாம் கஷ்டப்படத் தேவையில்லை.

14

டீ கடை ரூ.150 கோடி மதிப்புமிக்க நிறுவனமாக மாறிய கதை

◆ Chai Kings நிறுவனர்கள் **ஜஹபர் சாதிக், பாலாஜி சடகோபன்**

டீ கடை மூலம் ஆண்டுக்கு ரூ.50 கோடி வருவாய் ஈட்ட முடியுமா? ஸ்டார்ட்அப் அணுகுமுறை வழியே நிச்சயம் முடியும். 'சாய் கிங்ஸ்' அதற்கு ஒரு உதாரணம்.

ஜஹபர் சாதிக், பாலாஜி சடகோபன் இருவரும் நண்பர்கள். ஒரே நிறுவனத்தில் வேலை பார்த்து வந்தவர்கள். ஒரு நாள், "வழக்கமான டீ கடைகள் ஆண்களுக்கானதாக இருக்கிறது. அனைவரையும் உள்ளடக்கும் வகையில் நவீன டீ கடையை நாம் உருவாக்கலாமே!" என்று அவர்களுக்குத் தோன்றியது. இருவரும் இணைந்து 2016-ம் ஆண்டு, கீழ்ப்பாக்கத்தில் சாய் கிங்ஸின் முதல் டீ கடையைத் தொடங்கினர்.

தமிழ்நாட்டின் முதல் டீ ஸ்டார்ட்அப் நிறுவனமாக சாய் கிங்ஸ் அடையாளப்படுத்தப்படுகிறது. வழக்கமான டீ கடைகளுக்கும் சாய் கிங்ஸ் போன்ற டீ ஸ்டார்ட்அப் நிறுவனங்களுக்குமான அடிப்படை வித்தியாசம், டீ ஸ்டார்ட்அப் நிறுவனங்கள் தங்கள் கடைகளை பிராண்டாக முன்வைக்கின்றன. அதன் வழியே அவை நாடு முழுவதும் கிளை பரப்பும் சாத்தியத்தைப் பெறுகின்றன.

ஜஹபர் சாதிக், பாலாஜி சடகோபன்

இன்று சாய் கிங்ஸ் சென்னை, கோவை, பெங்களூரு, ஹைதராபாத் ஆகிய நகரங்களில் 57 கடைகளைக் கொண்டு ஆண்டுக்கு ரூ.50 கோடி வருவாய் ஈட்டுகிறது.

இந்த வளர்ச்சிக்குப் பின்னிருக்கும் கதை என்ன? உரையாடினேன்...

இருவரும் ஐடி துறையில் நல்ல ஊதியத்தில் வேலை பார்த்துக்கொண்டிருந்தவர்கள். எந்தப் புள்ளியில் தொழில்முனைவில் ஈடுபடலாம் என்று முடிவெடுத்தீர்கள்?

ஜஹபர் சாதிக் (தலைமை நிர்வாக அதிகாரி): அடிப்படையில் நான் மிகுந்த தயக்க சுபாவம் உடையவன். பள்ளி கல்லூரியில் நான் இருக்கும் இடமே தெரியாது. கல்லூரி முடித்துவிட்டு சென்னையில் ஐடி நிறுவனம் ஒன்றில் வேலைகிடைத்தது. அங்கு என்னைப் போல் வேலைக்குச் சேர்ந்தவன்தான் பாலாஜி. இருவரும் நல்ல நண்பர்களானோம்.

ஒருகட்டத்தில், பாலாஜி என்னிடம் வந்து, "டேய், சொந்தமாக ஏதாவது தொழில் தொடங்குவோமா" என்று கேட்டான். "தொழில் குறித்து நம் இருவருக்கும் எந்த அனுபவமும் புரிதலும் கிடையாது. தவிர, இப்போதுதான் குடும்பம் பொருளாதாரரீதியாக மேம்பட்டு வருகிறது. இந்தச் சூழலில் ஏன் தேவையில்லாமல் ரிஸ்க் எடுக்க வேண்டும்" என்று திட்டத்தை கலைத்துவிட்டேன். அவ்வப்போது பாலாஜி தொழில்முனைவு ஐடியாவை முன்வைப்பதும் நான் அதைக் கலைத்துவிடுவதும்

வழக்கமாக இருந்தது. ஆனால், வேலைக்குச் சேர்ந்து 10 ஆண்டுகள் ஆன நிலையில் இருவருக்கும் மனதளவில் ஒரு மாற்றம் தேவைப்பட்டது. “ஓரளவு சம்பாதித்துவிட்டோம். ஒரு முயற்சியாக தொழில் தொடங்கிப் பார்ப்போம். சிக்கலாகிவிட்டால் மீண்டும் வேலைக்கு வந்துவிடுவோம்” என்று இருவரும் முடிவு செய்தோம்.

நேரடியாக புதிய நிறுவனம் ஆரம்பிப்பதற்குப் பதிலாகபிரான்ஸைஸ் எடுத்து நடத்தலாம் என்று திட்டமிட்டோம். 2012-ம் ஆண்டு பிரான்ஸைஸ் உரிமை வாங்கி, பெரம்பூரில் ‘கிரீன் டிரெண்ட்ஸ்’ சலூன் ஆரம்பித்தோம். நாங்கள் எதிர்பார்க்கவேயில்லை, நல்ல வருவாய் கிடைத்தது. இதனால், இருவரும் வேலையைவிட்டுவிட்டு முழு நேரமாக சலூனை கவனிக்க ஆரம்பித்தோம். இப்படியாகவே, எங்களது தொழில்முனைவு பயணம் தொடங்கியது.

‘சாய் கிங்ஸ்’ ஐடியா எப்போது உருவானது?

பாலாஜி சடகோபன் (தலைமைச் செயல்பாட்டு அதிகாரி): சலூனைத் தொடந்து ‘சப்வே’ உணவகத்தின் பிரான்ஸைஸ் உரிமைப் பெற்று நடத்த ஆரம்பித்தோம். பிரான்ஸைஸைப் பொருத்தவரையில், ரிஸ்க் குறைவு. அதேசமயம், உங்களுக்கு பெரிய அளவில் சுதந்திரம் இருக்காது. நீங்கள் கடையில் சிறு மாற்றத்தைக்கூட கொண்டு வரமுடியாது.

ஒரு கட்டத்தில் எங்களுக்குத் தோன்றியது: “நமக்கு தொழில் சார்ந்து அனுபவம் கிடைத்துவிட்டது. ஏன் இன்னும் இன்னொரு நிறுவனத்தின் கடைகளை நாம் பிரான்ஸைஸ் எடுத்து நடத்த வேண்டும். நாமே ஏன் சொந்தமாக ஒரு பிராண்டை உருவாக்கக்கூடாது?” ஒரு நாள் நள்ளிரவில் நானும் ஜஹபரும் டீ குடித்துக் கொண்டிருந்தோம்.

பேச்சுவாக்கில் அவனிடம் நான் கேட்டேன், “நாம் டீ கடை ஆரம்பிக்கலாமா? தற்போது டீ கடை என்பது திறந்த வெளியில் இருக்கிறது. குறிப்பாக, அது ஆண்களுக்கான இடமாகவே உள்ளது. பெண்கள் தனியாக டீ குடிக்கச் செல்லும் சூழல் இல்லை. குடும்பத்தோடு வந்தாலும், டீ குடிப்பதற்கு பலரும் டீ கடைக்குச் செல்வதில்லை. ஓட்டலுக்குச் சென்றே டீ குடிக்கின்றனர். ஆக, நாம் அனைவருக்கும் ஏற்ற வகையில் ஒரு டீ கடையை உருவாக்கலாமே” என்றேன். உடனே இது தொடர்பாக ஆராய்ச்சியில் ஈடுபடத்தொடங்கிவிட்டோம். அந்த சமயத்தில்தான், பெங்களூருவில் சாய் பாய்ண்ட், டெல்லியில் சாயோஸ் உள்ளிட்ட நிறுவனங்கள் பிரபலமடைந்திருந்தன. சென்னைக்கு ஏற்ற வகையில் அப்படி ஒன்றை ஆரம்பிப்போம் என்று ஆரம்பிக்கப்பட்டதுதான் ‘சாய் கிங்ஸ்’.

தமிழ்நாட்டில் டீ கடைகளுக்கு பஞ்சமே இல்லை. திரும்பியஇடமெங்கும் டீ கடைகள்தான். இந்தப் போட்டிச் சூழலை எதிர்கொள்ள என்ன வியூகம் வகுத்தீர்கள்?

ஜஹபர்: நாங்கள் சாய் கிங்ஸ் ஆரம்பிக்க இருந்த சமயத்தில் சென்னையில் மட்டும் 15 ஆயிரம் டீ கடைகள் இருந்தன. அப்போது எங்கள் முன்னால் இருந்த ஒரே கேள்வி, இந்தக் கடைகளிலிருந்து நாம் எந்தெந்த வகைகளில் வேறுபட்டு இருக்கப்போகிறோம்? பெரும்பாலும், வழக்கமான டீ கடைகளில் ஒரே வகையான டீதான் கிடைத்தது.

இதனால், நாங்கள் பல வகையான டீக்களை வழங்க திட்டமிட்டோம். வழமையான டீ கடைக்கும்எங்களுக்குமான வேறுபாட்டை கடையின் வடிவமைப்பின் மூலம் காட்ட வேண்டும் என்று முடிவு செய்தோம். பயன்பாட்டுக்கும் பார்ப்பதற்கும் கடை எளிமையாகவும் அதே சமயம் எலைட்டாகவும் இருக்க வேண்டும். அமர்ந்து நிதானமாக டீ குடிக்கும் வகையில் இருக்க வேண்டும்.

இதற்கேற்ப, கடையின் சுவர், உணவு அட்டவணை, மேஜை, நாற்காலி ஆகியவற்றை வடிவமைத்தோம். பணியாளர்களுக்கு சீருடை வழங்கி கடையை புரோபெஷனலாக மாற்றினோம். ஒருமுறை மட்டும் பயன்படுத்தக்கூடிய பிளாஸ்க் அறிமுகப்படுத்தினோம். அதுவரையில் தமிழ்நாட்டில் பார்சல் டீ என்றால், பிளாஸ்டிக் பையில் கட்டிக் கொடுப்பார்கள் இல்லையென்றால், வீட்டிலிருந்து பிளாஸ்க் எடுத்து வந்து வாங்க வேண்டும்.

இந்தச் சூழலில், எங்களுடைய ஒருமுறை பயன்படுத்தக்கூடிய பிளாஸ்க் கவனம் ஈர்த்தது. அதில் 45 நிமிடங்கள் வரை டீ சூடாக இருக்கும்.அதுவரையில், தமிழ்நாட்டில் இத்தகைய மாடலில் டீ கடை கிடையாது. இந்த விஷயங்களெல்லாம் எங்களை மற்ற டீ கடைகளிலிருந்து தனித்துவப்படுத்திக் காட்டியது.

குறிப்பாக, ஐடி ஊழியர்களிடம் நல்ல வரவேற்பைப் பெற்றது. நீங்கள் சாதாரணமாக டீ கடை திறந்தாலே அங்கு நேரடி விற்பனை நடந்துவிடும். ஆனால், ஆன்லைன் விற்பனையில் தடம்பதிப்பதுதான் சவால். ஸ்விக்கி, சோமேட்டா வருகைக்குப் பிறகு எங்கள் நிறுவனம் சூடுபிடிக்க ஆரம்பித்தது. அதற்கு முக்கியக் காரணம் எங்களது, டிஸ்போசபிள் பிளாஸ்க்தான். சொல்லப்போனல், இன்று சாய் கிங்ஸின் மொத்த விற்பனையில் 45 சதவீதம் ஆன்லைன்தான்.

சலூன், டீ கடை தொழில்களில் கால்பதிக்கப் போகிறீர்கள் என்று சொன்னபோனது உங்கள் வீட்டில் அதை எப்படி எதிர்கொண்டார்கள்?

பாலாஜி: நாங்கள் எந்தத் தொழிலையும் மேல், கீழ் என்று பார்க்கவில்லை. அந்தத் தொழிலில் உள்ள பொருளாதார வாய்ப்புகளை மட்டுமே அலசினோம். ஆனால், எங்கள் இருவர் வீட்டிலும், எங்கள் தொழிலுக்கு ஆரம்பத்தில் ஆட்சேபனை இருந்தது. என் அப்பா கேட்டார், "ஐடியில் நல்ல சம்பாதிக்கிற. ஏன் சலூன் திறக்கப்போற?" நாங்கள் 'சாய் கிங்ஸ்' ஆரம்பிக்கப் போகிறோம் என்று நண்பர்களிடம் சொன்னபோது அதில் ஒருவர் "டீ கடைதான ஆரம்பிக்கப் போகிறீர்கள்" என்று இளக்கார தொனியில் சொன்னார்.

இன்று சாய் கிங்ஸ் ரூ.150 கோடி மதிப்புமிக்க ஒரு டீ ஸ்டார்ட்அப். எங்கள் வெற்றி வழியாகவே இத்தொழில் குறித்து அவர்கள் கொண்டுள்ள பார்வையை மாற்றி அமைத்தோம். தற்போது எல்லா துறைகளும் முறைப்படுத்தப்பட்டு வருகின்றன. அதன் வழியே நிறைய புதிய வாய்ப்புகள் வருகின்றன. இந்த வாய்ப்புகளைப் பயன்படுத்திக் கொள்வதற்கு நாம் நம்முடைய பழைய மனக்கட்டமைப்பிலிருந்து வெளியே வர வேண்டும்.

தற்போதைய ஸ்டார்ட்அப் காலகட்டத்தில் தொழில் தொடங்க விரும்புபவர்கள் கவனத்தில் கொள்ள வேண்டிய விஷயம் என்று எதைச் சொல்வீர்கள்?

பாலாஜி: நம்முடைய இலக்கு என்ன என்பதில் தெளிவு வேண்டும். தொழில் தொடங்கி பணம் சம்பாதிப்பதா அல்லது பணம் சம்பாதிப்பதுடன் அர்த்தப்பூர்வமாக தொழிலை முன்னெடுத்துச் செல்வதா? சாய் கிங்ஸைப் பொருத்தவரையில் அதை பெரிய பிராண்டாக உருவாக்க வேண்டும் என்பதுதான் எங்கள் நோக்கமாக இருந்தது.

இந்தக் காலகட்டத்தை எதிர்கொள்ள பிராண்டிங் மிகவும் அவசியம். சாய் கிங்ஸ் ஒரு பிராண்டாக மாறாவிட்டால், இன்று அது வழமையான ஒரு டீ கடையாகத்தான் இருந்திருக்கும். தொழில்முனைவுக்கு மட்டுமல்ல, நம் வாழ்க்கைப் பயணத்திலும் நம் இலக்கு குறித்து தெளிவு ஏற்படுத்திக் கொள்ள வேண்டியது மிகவும் அவசியம். இல்லையா!

●

15

கேள்விகளே என்னை வழிநடத்துகின்றன!

◆ Farm Again நிறுவனர் **பெஞ்சமின் ராஜா**

இந்தியாவின் ஜிடிபியில் வேளாண் துறையின் பங்களிப்பு 18 சதவீத்துக்கும் மேல். நாட்டின் மொத்த வேலைவாய்ப்பில் 45 சதவீதத்துக்கு மேல் வேளாண் துறை மூலமே உருவாகி வருகிறது. ஆனால், தொழில்நுட்ப பயன்பாடு ரீதியாக, இந்திய வேளாண் துறை மிகவும் பின்தங்கிய நிலையில் உள்ளது. இதன் காரணமாக, இந்தியாவில் பயிர்களின் விளைச்சல் அதன் முழு சாத்தியத்தை எட்டுவதில்லை என்று கூறப்படுகிறது.

ஸ்பெயின், இத்தாலியில் ஒரு ஏக்கர் நிலத்தில் 100 டன் தக்காளி அறுவடை செய்யப்படுகிறது என்றால், இந்தியாவில் அது 20 டன் முதல் 30 டன்னாகவே உள்ளது. இந்நிலையில், துல்லிய விவசாய தொழில்நுட்பம் மூலம் இந்தப் பிரச்சினைக்கு தீர்வு காணும் முயற்சியில் இறங்கி இருக்கிறது கோவையை தலைமையிடமாகக் கொண்டு செயல்படும் ஃபார்ம் அகைன் (*farm again*). லூயி உட்டான், ஹனிவெல் என முன்னணி சர்வதேச நிறுவனங்களில் மென்பொருள் பிரிவில் பணியாற்றிவந்த பெஞ்சமின் ராஜா, இந்தியாவில் மகசூல் சார்ந்து நிலவிவரும் பிரச்சினையை தீர்க்கும் நோக்கில் 2013-ம் ஆண்டு ஃபார்ம் அகைன் நிறுவனத்தைத் தொடங்கினார்.

ஏஐ தொழில்நுட்பம் மூலம் வேளாண் துறையை மேம்படுத்தும் முயற்சியில் இறங்கி இருக்கும் ஃபார்ம் அகைன், இந்தியா தவிர்த்து

சிங்கப்பூர், இந்தோனேசியா ஆகிய வெளிநாட்டுச் சந்தையிலும் தற்போது கால் பதித்துள்ளது. சமீபத்தில் இந்தோனேசிய வேளாண் அமைச்சகத்துடன் ஒப்பந்தமும் மேற்கொண்டுள்ளது. அடிப்படையில் மென்பொறியாளரான பெஞ்சமின் ராஜா, விவசாயத் துறையில் ஸ்டார்ட்அப் தொடங்கி செயல்பட்டுவருவதற்கு பின்னால் இருக்கும் கதை என்ன? அவருடன் உரையாடியதிலிருந்து...

உங்கள் பள்ளி மற்றும் கல்லூரிப் பருவம் எப்படிப்பட்டது?

என்னுடைய சொந்த ஊர் நாகர்கோயில். அரசு ஐடிஐ-யில் முதல்வராக இருந்த என்னுடைய அப்பா அப்போதைய சோவியத் யூனியனிலிருந்து வெளிவந்த, யுஎஸ்எஸ்ஆர் இதழை வாங்குவதை வழக்கமாகக் கொண்டிருந்தார். அதில், தொழில்நுட்பங்கள் குறித்த தகவல்கள் இடம்பெற்றிருக்கும்.

அதன் மூலம் சிறு வயதிலேயே நவீன தொழில்நுட்பங்கள் சார்ந்த ஆர்வம் எனக்கு உருவாகி விட்டது. நான் எட்டாவது படிக்கும்போது கடலூருக்கு இடம்மாறினோம். 1980-களின் இறுதிப் பகுதி அது. அங்கு நான் சேர்ந்த பள்ளியில் கணினி இருந்தது. கணினியில் கோளாறு ஏற்படும்போது அதைச் சரி செய்ய நிபுணர்கள் வருவார்கள். அவர்களுடன் அமர்ந்து அனைத்தையும் உற்றுக் கவனிப்பேன். கணினி குறித்து நல்ல புரிதல் எனக்குக்கிடைத்தது.

இதனால், பள்ளி படித்துக் கொண்டிருந்தபோதே, கணினி பயிற்சி நிலையத்தில் சேர்ந்து கற்றுக்கொடுக்க ஆரம்பித்தேன். குடும்பப் பிரச்சினைகள் காரணமாக, நான் பள்ளிப்படிப்பை முடித்த கையோடு வீட்டை வீட்டு வெளியேறும் சூழல் ஏற்பட்டது. இனி சொந்த உழைப்பில் வாழ வேண்டும் என்று முடிவு செய்தேன். கணினி தொழில்நுட்பம் சார்ந்து அனுபவம் இருந்தால், என்னால் பிழைத்துக்கொள்ள முடியும் என்ற நம்பிக்கை இருந்தது. கடலூரிலேயே ஒரு மேன்சனில் அறை எடுத்து வேலைகள் தேட ஆரம்பித்தேன்.

அந்த சமயத்தில் கணினியின் விலை மிக அதிகம். அதுவே அசெம்பிள் செய்தால் சற்று குறைவு. நான் சென்னையிலிருந்து கணினி பாகங்களை வாங்கிச் சென்று நண்பர்களுக்கு அசெம்பிள் செய்து கொடுப்பேன். அதன் மூலம் நல்ல வருமானம் கிடைத்தது. அந்தப் பணத்தில் கணினி பயிற்சி நிலையத்தை ஆரம்பித்தேன். அப்போது எனக்கு வயது 16. ஒரு பக்கம் கணினி சேல்ஸ் அண்ட் சர்வீஸ் மற்றொரு பக்கம் கணினி பயிற்சி நிலையம் என்று எனக்கான ஒரு தொழிலை உருவாக்கினேன். மாலையில் கல்லூரி செல்வேன். பகலில் என் தொழிலை கவனிப்பேன்.

பெஞ்சமின் ராஜா

எப்படி லூயி உட்டான், ஹனிவெல் என சர்வதேச நிறுவனங்களை நோக்கி நகர்ந்தீர்கள்?

எனக்கு தொழில் சிந்தனையை விடவும், தொழில்நுட்ப சிந்தனையே அதிகம். புதிய தொழில்நுட்பங்களைக் கற்றுக்கொள்ள வேண்டும் என்ற வேட்கையில் கணினி துறையில் முதுகலை படிக்க முடிவு செய்தேன். முழுநேரமாக படிப்பில் கவனம் செலுத்துவதற்காக, என் தொழிலை அப்படியே விட்டுவிட்டு மேற்படிக்கு கடலூரிலிருந்து திருநெல்வேலிக்கு சென்றுவிட்டேன். முதுகலை முடித்த பிறகு ஓராண்டு டெல்லியில் வேலை பார்த்தேன்.

அதன்பிறகு பிரான்ஸ் நாட்டை தலைமையிடமாகக் கொண்ட உலகின் முன்னணி பேஷன் நிறுவனங்களில் ஒன்றான லூயிஉட்டான் நிறுவனத்தில் வேலை கிடைத்தது. அந்நிறுவனத்துக்கான ஐடி கட்டமைப்பை உருவாக்குவது எனக்கு பணி. அங்கு எனக்கு நல்ல கற்றல் அமைந்தது. இதன் நீட்சியாக, எனக்கு 2004-ம் ஆண்டில் அமெரிக்காவைச் சேர்ந்த ஹனிவெல் நிறுவனத்தில் இணைந்தேன்.

விவசாயம் சார்ந்து ஸ்டார்ட்அப் தொடங்கும் ஐடியா எப்போது உருவானது?

எனக்கு வன விலங்குகள் மற்று பூச்சி இனங்களை புகைப் படங்கள் எடுப்பதில் ஆர்வம் அதிகம். அலுவலக வேலைக்கு நடுவே, புகைப்படங்களுக்காக ஊர் ஊராக பயணிப்பேன். அப்போது விவசாய நிலங்களுக்கு செல்வதுண்டு. அங்கு

செல்லும் சமயங்களில் எனக்கு ஒரு விஷயம் புலப்பட்டது. வெளிநாட்டு விவசாயத்திலும் நம் நாட்டிலும் அவ்வளவு வேறுபாடு இருப்பதைப் பார்த்தேன். தக்காளிச் செடி இங்கு முட்டி உயரம்தான் இருந்தது. வெளிநாடுகளில் அது ஆளுயரம் இருந்தது. ஒரே ஹைபிரிட் விதைகள்தான். ஆனால், வெளிநாட்டில் அந்தப் பயிர் அதிக மகசூல் கொடுக்கிறது. இந்தியாவில் மிகக் குறைந்த மகசூல் கிடைக்கிறது. என்ன பிரச்சினை என்று அலச ஆரம்பித்தேன். அப்போதுதான் துல்லிய விவசாயம் (precision agriculture) குறித்த அறிமுகம் எனக்குக் கிடைத்தது.

இன்று வேளாண் துறையில் ஸ்பெயின், நெதர்லாந்து, இஸ்ரேல் ஆகிய நாடுகள் மேம்பட்ட இடத்தில் உள்ளன. காரணம், அவை துல்லிய விவசாய முறைகளை முறையாக கடைபிடிக்கின்றன. ஆனால், இந்தியாவில் அவ்வாறு இல்லை. தக்காளியின் ஜெனடிக் கேபாசிட்டி ஒரு ஏக்கருக்கு 120 டன்னுக்கு மேல. ஆனால், இந்தியாவில் இன்னமும் பல்வேறு பகுதியில் 5 டன் மட்டுமே அறுவடை செய்கிறார்கள். ஏனைய பயிர்களின் நிலவரமும் இதுதான்.

இதற்கு ஒரு தீர்வை உருவாக்க வேண்டும் என்று தோன்றியது. 2013-ம் ஆண்டு ஹனிவெல் நிறுவனத்தில் என்னுடைய வேலையை விட்டுவிட்டு அமெரிக்காவிலிருந்து திருநெல்வேலிக்கு வந்தேன். நகர் மையத்தில் விவசாய நிலங்களை குத்தகைக்கு எடுத்தேன். பெரிய அணியை உருவாக்கி, துல்லிய விவாசயம் மேற்கொள்ள ஆரம்பித்தேன்.

துல்லிய விவசாயம் சார்ந்து நீங்கள் உருவாக்கி இருக்கும் தொழில்நுட்பம் எப்படி செயல்படுகிறது?

நிலத்தின் தன்மை என்ன என்பதை அறிந்து, பயிர்களின் வேர் மண்டலத்தில் ஈரப்பதம் மற்றும் காற்றோட்டத்தை சரியாக நிர்வகிப்பதோடு பயிர்களுக்குத் தேவையான நுண்ஊட்டச்சத்துகளை சரியான முறையில் வழங்குவதுதான் துல்லிய விவசாயத்தின் அடிப்படை. இதில் ஒவ்வொரு முறையும் நாம் கணக்கு வைத்து செயல்படுவது கடினம். இந்நிலையில், ஏஐ உதவியுடன் கூடிய தொழில் நுட்பத்தை உருவாக்கியுள்ளோம்.

எப்போது வேர் மண்டலத்தில் ஈரப்பதம் குறைகிறது என்ற தகவல் சென்சார் மூலம் பெறப்பட்டு, அந்தத் தகவலின் அடிப்படையில், தானியங்கி பம்ப் மூலம் பயிர்களுக்கு தண்ணீர் பாய்ச்சப்படும். எவ்வளவு உரம் போட வேண்டும், எப்போது போட வேண்டும் என அனைத்தும் இந்தத் தொழில்நுட்பம் மூலமே நிர்வகிக்கப்படும். துல்லிய விவசாயம் மூலம் தண்ணீர் பயன்பாடும், உரப் பயன்பாடும் குறையும். மீத்தேன்

வாயு வெளியேற்றம் குறைக்கப்படுவதால் சுற்றுச்சூழல் பாதிப்பும் குறையும்.

இந்தியாவில் விவசாயத் துறையில் போதிய தரவுகள் கிடையாது. இந்நிலையில், துல்லிய விவசாய தொழில்நுட்பம் மூலம் நிறைய தரவுகளைப் பெற முடியும். வரும் காலங்களில் விவசாயத்தையும் அது சார்ந்த ஏனைய செயல்பாடுகளையும் வளர்த்தெடுக்க இந்தத் தகவல் மிக அடிப்படையானதாக இருக்கும்.

பத்து ஆண்டுகளாக ஃபார்ம் அகைன் நிறுவனத்தின் சிஇஓ-வாக செயல்பட்டுவந்த நீங்கள், தற்போது புதிய சிஇஓ-வை நியமித்துள்ளீர்கள். என்ன காரணம்?

நான் தொழில்நுட்பத்தில் நிபுணத்துவம் கொண்டவன். புதிதாக ஒன்றை உருவாக்குவதில் தீவிர ஆர்வம் உண்டு. ஆனால், அதை பிசினஸாக முன்னெடுத்துச் செல்வதில் என்னால் முழு தீவிரத்துடன் செயல்பட முடிவதில்லை. இந்நிலையில், ஃபார்ம் அகைன் ஸ்டார்ட்அப்பை முன்னகர்த்திச் செல்வதில் என்னைவிட திறமையான நபரைத் தேடிக் கொண்டிருந்தேன். அந்த சமயத்தில்தான் ஆதித்யன் எனக்கு அறிமுகமானர்.

ஆதித் சிங்கப்பூர் தேசிய பல்கலைக்கழகத்தில் படித்துவிட்டு, இந்தோனேசியாவில் சில ஸ்டார்ட்அப் செயல்பாடுகளில் ஈடுபட்டு வந்தார். நிறுவனத்தை சந்தைப்படுத்துவதில் அவருக்கு நிபுணத்துவம் இருந்தது. இந்நிலையில், ஃபார்ம் அகைன் நிறுவனத்தை சர்வதேச சந்தைக்கு கொண்டு செல்வதற்கான பொருத்தமான நபராக ஆதித்தைப் பார்த்தேன்.

இந்தப் பயணத்தில் நீங்கள் கற்ற பாடம் என்ன?

இந்தியாவில் விவசாயத்தில் இறங்கினால் நஷ்டம்தான் என்ற பார்வை பரவலாக உண்டு. ஆனால், சரியான அணுகுமுறையில் விவசாயம் மேற்கொண்டால் நல்ல லாபம் ஈட்ட முடியும். புதிய விஷயங்களை முயற்சித்துக்கொண்டே இருக்க வேண்டும். கேள்விகளே என்னை வழிநடத்தி வந்துள்ளன. என் முன் எழும் ஒவ்வொரு கேள்வியும் வாழ்க்கையில் என்னை அடுத்தடுத்த கட்டங்களுக்கு முன்நகர்த்தி வந்துள்ளது. நல்ல கேள்விகளை எழுப்புவதும், அதற்கான பதிலைத் தேடுவதும் நம்மை உயிர்ப்புடன் வைத்திருக்கும்.

●

16

ஸ்டார்ட்அப் அணுகுமுறை மூலம் வேளாண் பிரச்சினையை தீர்க்க முடியும்!

◆ my Harvest Farm நிறுவனர் **அர்ச்சனா ஸ்டாலின்**

இன்று இந்தியாவில் வேளாண் துறை சார்ந்து சிறிதும் பெரிதுமாக ஸ்டார்ட்அப் நிறுவனங்கள் உருவாகி வருகின்றன. அத்துறையில் நிலவும் அடிப்படையான பிரச்சினைகளுக்கு தீர்வுகாணும் நோக்கில் அவை செயல்படுகின்றன. 'மை ஹார்வெஸ்ட் ஃபார்ம்ஸ்' (my Harvest Farms) அத்தகைய நிறுவனங்களில் ஒன்று.

அதீத வேதிப்பொருட்களின் பயன்பாடு காரணமாக, நாம் உண்ணும் காய்கறிகள், பழங்கள் உட்பட வேளாண் உணவுகள் நஞ்சாக மாறிவருவது சர்வதேச அளவில் தீவிரப் பிரச்சினையாக உருவெடுத்துள்ளது. இயற்கை விவசாயம் மூலம் விளைவிக்கப்பட்ட உணவுகளை வாங்க மக்களிடம் ஆர்வம் அதிகரித்து வந்தாலும், போதிய வருமானம் இல்லாமல் விவசாயிகள் திணறிவரும் நிலையில், அவர்கள் இயற்கை முறையில் விவசாயம் செய்ய தயக்கம் காட்டும் சூழல் நிலவுகிறது.

இத்தகைய ஒரு சூழலில், விவசாயிகளை இயற்கை முறையில் விவசாயம் செய்ய ஊக்குவித்து, அவர்கள் விளைவிக்கும் உணவுப் பொருட்களை கொள்முதல் செய்து, நேரடியாக மக்களுக்கு விநியோகிக்கும் பணியில் ஈடுபட்டு வருகிறது 'மை ஹார்வெஸ்ட் ஃபார்ம்ஸ்'.

பொறியியல் பட்டதாரிகளான அர்ச்சனாவும் அவரது கணவர் ஸ்டாலினும் இணைந்து 2018-ம் ஆண்டு 'மை ஹார்வெஸ்ட் ஃபார்ம்ஸ்'

⊙ அர்ச்சனா ஸ்டாலின்

நிறுவனத்தைத் தொடங்கினர். திருவள்ளூர், நீலகிரி, தேனி உள்ளிட்ட மாவட்டங்களில் 300-க்கு மேற்பட்ட விவசாயிகளை ஒருங்கிணைத்து இயற்கை விவசாயம் செய்து, முதற்கட்டமாக சென்னையில் விநியோகிக்கின்றனர்.

இந்த ஸ்டார்ட்அப் வழியாக, தமிழ்நாட்டில் இளம் பெண் தொழில்முனைவோர்களில் கவனிக்கப்படுபவராக திகழ்கிறார் அர்ச்சனா ஸ்டாலின். சென்னையை தாண்டி தமிழ்நாட்டின் ஏனைய மாவட்டங்களுக்கும் தங்கள் செயல்பாட்டை விரிவாக்கும் முயற்சியில் இறங்கி இருக்கும் அர்ச்சனா ஸ்டாலினிடம், அவரது ஸ்டார்ட்அப் பயணம் குறித்து உரையாடினேன்.

இன்று நீங்கள் ஒரு தொழில்முனைவர். பள்ளிப் பருவத்தில் என்னவாக வேண்டும் என விரும்பினீர்கள்?

ஐஏஎஸ் ஆவதுதான் என்னுடைய கனவாக இருந்தது. பன்னிரெண்டாம் வகுப்பில் நான் பெற்ற மதிப்பெண்ணுக்கு அரசு மருத்துவக் கல்லூரியில் சீட் கிடைத்திருக்கும். ஆனால், அந்த சமயத்தில் மருத்துவத்துக்கு நுழைவுத் தேர்வு இருந்தது. அதில் சொற்ப மதிப்பெண்ணில் எனக்கு சீட் கிடைக்காமல் போனது.

இதனால், பொறியியல் நோக்கி நகர முடிவுசெய்தேன். கிண்டி

அண்ணா பல்கலைக்கழகத்தில் ஜியோஇன்பர்மேட்டிக்ஸ் பிரிவைத் தேர்ந்தெடுத்தேன். வெளிநாடு சென்று அத்துறையில் ஆராய்ச்சி செய்ய வேண்டும் என்பது என்னுடைய புதிய இலக்காக மாறியது.

கல்லூரி முடித்த 3 ஆண்டுகளிலேயே சொந்தமாக தொழில் தொடங்கி விட்டீர்கள். ஆய்வுப் பணியை இலக்காகக் கொண்டு பயணித்த உங்களுக்குள் எப்போது தொழில்முனைவு சிந்தனை வந்தது?

மிகவும் தற்செயலானதுதான் அது. கல்லூரியில் படிக்கும்போது சகமாணவர் ஸ்டாலினுக்கும் எனக்கும் காதல் மலர்ந்தது. இருவரும் சமூகம் சார்ந்து சிந்திக்கக் கூடியவர்கள். மூன்றாம் ஆண்டு படிக்கையில் தொண்டு நிறுவனம் ஒன்றை ஆரம்பித்தோம்.

மக்களுக்கு தேவையான வாழ்வாதார உதவிகளை செய்வதுதான் எங்கள் பணி. இதற்காக பல்வேறு ஊர்களுக்குப் பயணித்து மக்களுடன் உரையாடினோம். அப்போதுதான் எனக்குள் இருந்த தலைமைத்துவத்தையும் தொழில்முனைவு சிந்தனையையும் நான் அடையாளம் கண்டேன்.

கல்லூரி முடித்தவுடன் நானும் ஸ்டாலினும் சாதி மறுப்பு திருமணம் செய்துகொண்டோம். என் வீட்டில் எதிர்ப்பு தெரிவித்ததால், வீட்டை விட்டு வெளியேறினேன். இதனிடையே டிசிஎஸ் நிறுவனத்தில், நான் பட்டம் பெற்ற ஜியோ இன்பர்மேட்டிக்ஸ் பிரிவிலேயே வேலை கிடைத்தது.

அத்துறையில் வெளியே நிறைய தொழில் வாய்ப்புகள் இருப்பதை உணர்ந்து, நானும் ஸ்டாலினும் சொந்தமாக தொழில் தொடங்க முடிவு செய்தோம். ஸ்டாலினின் சொந்த ஊரான விருதுநகரைத் தலைமையிடமாகக் கொண்டு ஜியோஇன்பர்மேட்டிக்ஸ் சார்ந்து சிறிய அளவில் நிறுவனம் ஒன்றை ஆரம்பித்தோம்.

வீட்டை விட்டு வெளியேறி திருமணம் செய்த சூழலில், நிலையான வருமானம் தரக்கூடிய நல்ல வேலையில் சேர்வதைத்தான் பெரும்பாலானோர் விரும்புவார்கள். நீங்கள் எந்த நம்பிக்கையில் வேலையை விட்டுவிட்டு நிறுவனம் ஆரம்பித்தீர்கள்?

எங்களுக்கு அந்த சமயம் பெரிய இலக்குகள் இல்லை. எதையும் முயன்று பார்ப்போம் என்ற மனநிலையே இருந்தது, வருமானம் குறித்து பெரிய அளவில் கவலைப்படவில்லை.

எங்கள் திறன் மீது பெரிய நம்பிக்கை இருந்தது. தவிர, காந்தியின் கொள்கையில் ஈர்க்கப்பட்டிருந்த நாங்கள், எங்கள் தேவைகளை மிகவும்

குறைத்திருந்தோம். எதனால் பெரிய அளவில் பணத் தேவை எங்களுக்கு இல்லை. இதனால், நிறுவனம் தொடங்கும் முடிவு சவாலானதாக இல்லை.

இயற்கை விவசாயத்தை நோக்கி நகரும் எண்ணம் எப்போது உதயமானது? அந்த ஐடியாவை எப்படி செயல்படுத்தினீர்கள்?

சில காரணங்களால் எங்கள் ஜியோஇன்பர்மேட்டிக்ஸ் நிறுவனம் நஷ்டத்தைச் சந்தித்தது. தொடர்ந்து நிறுவனத்தை நடத்த முடியாமல் போனது. வெவ்வேறு வேலைகளில் என்னை ஈடுபடுத்திக் கொண்டாலும், புதிதாக ஏதாவது செய்ய வேண்டும் என்ற எண்ணம் தீவிரமடைந்து கொண்டிருந்தது. இந்தச் சூழலில் 'ஜாக்ரிதி யாத்ரா' (Jagriti yatra) அமைப்பு மூலம் 2014-ல் அகில இந்திய அளவில் கிராமங்களுக்கு பயணிக்கும் வாய்ப்பு கிடைத்தது.

அது என் வாழ்க்கையில் திருப்புமுனையாக அமைந்தது. இந்திய அளவில் உணவு என்பது பிரச்சினையாக இருப்பதை, இயற்கை முறையில் விளைவிக்கப்பட்ட உணவுக்கு பெரும் தேவை இருப்பதை அந்தப் பயணத்தில் உணர்ந்தேன். தொடக்கமாக விருதுநகரில் எங்கள் வீட்டு மாடியிலேயே சிறு தோட்டம் அமைத்து காய்கறிகளை விளைவித்தோம். இதன் தொடர்ச்சியாக பெரிய அளவில் இயற்கை முறையில் விவசாயம் செய்ய முடிவெடுத்தோம். அப்படி உதயமானதுதான் 'மை ஹார்வெஸ்ட் ஃபார்ம்ஸ்'.

நிலம் வைத்திருக்கும் விவசாயிகளிடம் பேசி, அவர்கள் நிலத்தில் இயற்கை முறையில் பயிரிடச் செய்தோம். அதை நாங்களே கொள்முதல் செய்து வாடிக்கையாளர்களுக்கு வழங்கினோம். ஒவ்வொரு வாரமும் அந்த வாரம் அறுவடை செய்யப்படும் காய்கறிகளின் பட்டியலை வாடிக்கையாளர்களுக்கு அனுப்பி விடுவோம். அவர்கள் தேர்வு செய்யும் காய்கறிகளை முறையாக விநியோகித்து விடுவோம்.

எந்த விவசாயி தோட்டத்தில் காய்கறி விளைவிக்கப்பட்டது என்பது உட்பட விவரங்களை வாடிக்கையாளர்கள் தெரிந்துகொள்ள முடியும். படிப்படியாக, மக்கள் எங்களைத் தேடிவரத் தொடங்கினர். 2018-ம் ஆண்டு 18 வாடிக்கையாளர்களுடன் மை ஹார்வஸ்ட் ஃபார்ம் தொடங்கியது. இன்று சென்னையில் 10 ஆயிரம் வாடிக்கையாளர்களை சென்றடைந்துள்ளோம்.

இயற்கை விவசாயம் மூலம் அதிக உற்பத்தி மேற்கொள்ள முடியாது என்பது பரவலாக முன்வைக்கப்படும் ஒரு வாதம். இத்தகைய சூழலில்,

உலகின் 800 கோடி மக்களுக்கு இயற்கை விவசாயம் மூலம் உணவு அளிப்பது எந்த அளவுக்கு சாத்தியம்?

நமக்கு ஏற்படும் பல்வேறு நோய்களுக்கு நாம் உண்ணும் உணவே அடிப்படை காரணமாக இருக்கிறது. நஞ்சில்லா உணவை பெறுவது ஒவ்வொரு குடிமகனின் உரிமை. ஆனால், இன்று உலக அளவில் இயற்கை விவசாயத்தின் பங்கு வெறும் 2 சதவீதம்தான். இந்தச் சூழலில், நாம் உடனடியாக, இயற்கை வேளாண்மைக்கு முற்றிலும் மாற முடியாது. அது எளிதில் சாத்தியமில்லை என்பது மட்டுமல்ல, அது பெரும் நெருக்கடிக்கு நம்மைத் தள்ளும் என்பதற்கு இலங்கை ஒரு சமீபத்திய உதாரணம்.

இந்த விவகாரத்தைப் பொருத்தவரையில், நாம் 100 சதவீதம் இயற்கை விவசாயம் என்பதை இலக்காக் கொண்டு பயணிக்க முடியாது, முடிந்த வரை மாற்றத்தை ஏற்படுத்த வேண்டும் என்பதை இலக்காகக் கொண்டு பயணிக்க வேண்டும். முதலில் நாம் செய்ய வேண்டியது என்னவென்றால், விவசாயம் சார்ந்து மக்களிடம் புரிதல் ஏற்படுத்துவது.

நமக்கு வருடத்தில் அனைத்து நாட்களிலும் ஆப்பிள் கிடைக்கிறது. ஆனால், ஆப்பிள் விளைவது 4 மாதங்கள் மட்டுமே. நம்மிடம் வருவது எல்லாம் 10 மாதங்கள் பதப்படுத்தப்பட்டவை. நாம் அன்றாடம் உண்ணும் பல பழங்கள், காய்கறிகள் இவ்வாறு பதப்படுத்தப்பட்டே நம்மை வந்தடைகின்றன.

எனவே, அந்தந்தப் பருவநிலைக்கு விளையும் காய்கறிகள், பழங்களுக்கு நாம் முக்கியத்துவம் கொடுக்க ஆரம்பிக்க வேண்டும். எளிமையாகச் சொல்லப்போனால், நம் நுகர்வை முறைப்படுத்த வேண்டும். இதுவே மாற்றத்துக்கான ஆரம்பப் புள்ளியாக இருக்கும்.

இயற்கை விவசாயம் குறித்து சிந்திப்பதற்கு முன்பாக நம்முடைய வேளாண் துறையில் நிலவும் அடிப்படை சிக்கலைத் தீர்ப்பது அவசியம். விவசாயிகள் தற்கொலை செய்யும் அவலம் நம் நாட்டில் மட்டும்தான் நிகழ்கிறது. வளர்ந்த நாடுகளில் வேளாண்மை என்பது லாபம் ஈட்டும் தொழில்.

இந்தியாவில் வேளாண் துறையை நாம் புதிய கண்ணோட்டத்தில் அணுக வேண்டிய காலகட்டத்தில் இருக்கிறோம். வேளாண் துறையில் ஸ்டார்ட்அப் நிறுவனங்களின் எண்ணிக்கையை அதிகரிக்க வேண்டும். ஸ்டார்ட்அப் அணுகுமுறை மூலம் குறிப்பிடத்தக்க தீர்வை எட்ட முடியும் என்று நம்புகிறேன்.

●

17

செயல் உங்களை வழிநடத்தி செல்லும்!

◆ Mind & Mom நிறுவனர் & சிஇஓ **பத்மினி ஜானகி**

இந்தியாவில் ஆண்டுக்கு 3 கோடி மக்கள் கருத்தரிப்பு பிரச்சினை தொடர்பாக மருத்துவமனையை நாடுகின்றனர். அத்தகையவர்களுக்கு,தொழில்நுட்பக் கட்டமைப்பு மூலம் வழிகாட்டும் நோக்கில் செயல்பட்டு வருகிறது 'மைண்ட் & மாம்' (Mind & Mom). இந்த ஸ்டார்ட்அப் நிறுவனத்தை பத்மினி ஜானகி 2021-ல் தொடங்கினார். அப்போது அவருக்கு வயது 29. இந்தியாவில் பெண்கள் சொந்தமாக நிறுவனம் தொடங்கி நடத்துவது மிகக்குறைவு. இந்தச் சூழலில், பத்மினியின் ஸ்டார்ட்அப் பயணம் கவனம் ஈர்க்கிறது. அவரது பயணத்துக்குப் பின்னால் இருக்கும் கதை என்ன... அவருடன் உரையாடினேன்...

இன்று பத்மினி ஜானகி ஒரு நிறுவனத்தின் சிஇஓ. 15 ஆண்டுகளுக்கு முன்பு அவர் யார்? அவருடைய உலகம் எப்படிப்பட்டது?

15 ஆண்டுகளுக்கு முன்பு நான் 12-வது படிக்கிற ஒரு சிறுமி. நான் பிறந்து வளர்ந்ததெல்லாம் சென்னைதான். எனக்கு அப்பா இல்லை. அம்மா மட்டும்தான். கோயில் முனையில் பூ விற்பவர். பொருளாதார ரீதியாக மிகுந்த சிரமத்துக்கு மத்தியில்தான் அவர் என்னை வளர்த்தார். உங்கள் குடும்பத்தில் யாராவது ஐஐடியில் படிந்திருந்தால் அல்லது

டாக்டராக இருந்தால் அவரை உதாரணம் காட்டி, அவரைப் போல் ஆக வேண்டும் என்று உங்களை சொல்லக்கூடும். படிப்பு, வேலை சார்ந்து உங்களுக்கு குடும்பத்திலிருந்து வழிகாட்டுதல் கிடைக்கும். ஆனால், நான் வளர்ந்த சூழல் அப்படிப்பட்டது இல்லை.

எங்கள் குடும்பத்தில், பெண்களுக்கு 18 வயதாகிவிட்டால் திருமணம் செய்துவைத்து விடுவார்கள். பையனாக இருந்தால் பால் அல்லது பேப்பர் போடும் வேலைக்குச் சென்று விடுவார்கள். ஏனென்றால், அவ்வளவு வறுமை. குடும்பத்தில் அனைத்து உறுப்பினர்களும் ஏதாவது ஒரு வேலைக்குச் சென்று சம்பாதித்தால்தான் அன்றைய தினத்தை கழிக்க முடியும். இதனால், பையன்கள்கூட கல்லூரிக்குச் சென்றுப் படித்து நல்ல வேலைக்குச் செல்வது அரிதான நிகழ்வாகவே இருக்கும். இதுதான் 15 ஆண்டுகளுக்கு முன்பு என்னுடைய உலகம். இந்த வறுமையிலிருந்து விடுபட வேண்டும் என்பதுதான் அப்போது எனக்கு ஒரே கனவாக இருந்தது.

அத்தகைய சூழலில் வளர்ந்த சிறுமி, இன்று சொந்தமாக ஸ்டார்ட்அப் நடத்தி வருகிறார். இந்த மாற்றம் எப்படி நடந்தது?

பள்ளி முடித்துவிட்டு எத்திராஜ் கல்லூரியில் விஷுவல் மீடியா பிரிவில் சேர்ந்தேன். கல்லூரியில் சேர்ந்த பிறகு உலகின் பரிமாணத்தை புரிந்துகொள்ளத் தொடங்கினேன். படிப்பின் மூலம் என்னுடைய வறுமையிலிருந்து விடுபட முடியும் என்ற நம்பிக்கைக் கிடைத்தது. கல்லூரி முடித்த பிறகு எனக்கு பே பால் நிறுவனத்தில் வேலை கிடைத்தது. பே பாலில் விஷுவல் டிசைன் பிரிவில் நான் வேலைக்கு சேர்ந்தேன். என் வாழ்வின் முக்கியமான திருப்புமுனை அந்த வேலை. தொழில்நுட்பம் மூலம் உலகில் எத்தகைய மாற்றங்களைக் கொண்டு வர முடியும் என்பதை பே பாலில் நான் ஆழமாக கற்றுக் கொண்டேன். பே பாலில் 8 ஆண்டுகள் பணிபுரிந்த பிறகு, அமெரிக்காவில் மருத்துவ நிறுவனம் ஒன்றில் வேலை கிடைத்தது. அங்கு இரண்டு ஆண்டுகள் பணிபுரிந்தேன்.

உடல் ஆரோக்கியத்தில் ஆண்களுடன் ஒப்பிடும்போது பெண்கள் பின்தங்கி இருப்பதை என் பணி அனுபவத்தில் உணர்ந்துகொண்டேன். அமெரிக்கா போன்ற வளர்ந்த நாடுகளிலேயே நிலைமை இப்படி என்றால், இந்தியாவில் நிலைமை இன்னும் வருந்தத்தக்கதாக இருந்தது. உடல்நலம் சரியில்லாவிட்டாலும், பெண்கள் அன்றாட வீட்டு வேலையை செய்ய வேண்டும். அப்போதுதான் தொழில்முனைவு குறித்து முதல் பொறி என்னுள் விழுந்தது. தொழில்நுட்பம் வழியாக பெண்களின்

◉ பத்மினி ஜானகி

உடல்நலப் பிரிச்சினைக்கு தீர்வு வழங்க வேண்டும் என்ற யோசனை உதயமானது. உடலநலப் பிரச்சினையென்றால், நிறைய இருக்கின்றன. முதற்கட்டமாக, கருத்தரித்தல் சார்ந்த வழிகாட்டுதல்களை வழங்கலாம் என்று முடிவு செய்தேன். என் கணவரும் ஒரு ஸ்டார்ட்-அப் நிறுவனத்தில் வேலை பார்த்துக்கொண்டிருந்தார். இதனால், ஸ்டார்ட்-அப் நிறுவனம் தொடங்குவது சார்ந்து திட்டமிடுவது எனக்கு எளிதாக இருந்தது.

உங்கள் நிறுவனத்தின் செயல்பாட்டைப் பற்றி விளக்க முடியுமா?

குழந்தையின்மை என்பது இந்தியாவில் மிகப் பெரிய பிரச்சினையாக உருவெடுத்துள்ளது. கருத்தரிப்புக்காக தம்பதியினர் மருத்துவமனைகளை நாடி வருகின்றனர். கருத்தரிப்பு தொடர்பாக நிறைய மருத்துவமனைகள் உள்ளன. ஆனால், எந்த மருத்துவமனைக்கு செல்வது என்று மக்களிடம் குழப்பம் நிலவுகிறது. இந்நிலையில் தொழில்நுட்பக் கட்டமைப்பு மூலம் மக்களுக்கு சிறந்த மருத்துவமனையையும் மருத்துவர்களையும் அடையாளம் காட்டும் தளமாக மைண்ட் & மாம் செயல்படுகிறது.

ஒரு பெண்ணாக, தொழில் துறையில் நீங்கள் எத்தகைய சவால்களை எதிர்கொண்டீர்கள்?

தொழில்செயல்பாட்டைப் பொறுத்தவரையில் நான் என்னை பெண்

என்ற வகைமையின் கீழ் பார்ப்பதில்லை. பெண் என்பதற்காக எந்தச் சலுகையும் எதிர்பார்ப்பதில்லை. தொழில்செயல்பாட்டில் அப்படியான ஒரு சலுகையை நீங்கள் எதிர்பார்க்கவும் முடியாது. அது ஒரு பொதுக்களம். எல்லாரும் அங்கு மோதுவார்கள். உங்கள் திறன்தான் முக்கியம். நம்மைச் சுற்றி நிறைய தடைகள் இருக்கலாம். ஆனால், அந்தத் தடையை மட்டும் பேசிக்கொண்டிருந்தால், நம்மால் முன்னகர்ந்து செல்ல முடியாது. நம்மைச் சுற்றிஎன்னென்ன வாய்ப்புகள் இருக்கின்றன, அவற்றை எப்படிச் சிறப்பாக பயன்படுத்திக் கொண்டு மேலெழுந்து வர முடியும் என்பதில் கவனம் செலுத்த வேண்டும் என்று நினைக்கிறேன். தடைகளை மட்டும் சிந்தித்துக்கொண்டு நாம் முடங்கிவிடக்கூடாது. செயலில் இறங்க வேண்டும். அந்தச் செயல் உங்களை வழிநடத்திச் செல்லும். தடைகள் தகரும்!

●

18

குடும்பத்துக்காக பெண்கள் வேலையை தியாகம் செய்ய தேவையில்லை!

◆ Overqualified Housewives நிறுவனர் **சங்கரி சுதர்**

பெண்களுக்கு வேலைவாய்ப்பைப் பெற்றுத் தரும் நோக்கில் '*Overqualified Housewives*' தளத்தை நடத்திவருகிறார் சங்கரி சுதர் (31). இந்தியாவில் திருமணத்துக்குப் பிறகு, குடும்பச் சூழல் காரணமாக பெண்கள் வேலையை கைவிடும் நிர்பந்தத்துக்கு உள்ளாகின்றனர். இத்தகைய பெண்களுக்கு, அவர்கள் விருப்பப்பட்ட நேரத்தில் பணியாற்றும்படியான வேலைவாய்ப்பை பெற்றுத்தரும் சேவையில் ஈடுபட்டுள்ளது சங்கரி சுதரின் ஸ்டார்ட்அப்.

"இந்திய நகர்ப்புறங்களில் வெறும் 5.4 சதவீதப் பெண்களே திருமணத்துக்குப் பிறகு வேலைக்குச் செல்கின்றனர். இந்தச் சூழலை மாற்ற வேண்டும் என்பதுதான் என் நிறுவனத்தின் இலக்கு. அந்த வகையில் என்னுடைய நிறுவனத்தை நான் ஓர் இயக்கமாகவே கருதுகிறேன்" என்று கூறும் சங்கரி, தனது தனித்துவமான முன்னெடுப்பால் தேசிய அளவில் கவனம் பெற்றுள்ளார்.

அவரது ஸ்டார்ட்அப் பயணம் என்ன, இந்தியாவில் பெண்களுக்கான வேலைவாய்ப்புச் சூழல் எப்படி இருக்கிறது என்பன குறித்து அவருடன் உரையாடியதிலிருந்து...

திருமணமான பெண்களுக்கு வேலை வாய்ப்பு வழங்குவதற்கென்று ஒரு தளம். எப்படி இந்த ஐடியா உங்களுக்கு உதயமானது?

என்னுடைய சொந்த ஊர் தூத்துக்குடி. படித்தால் மட்டுமே வாழ்க்கையில் முன்னேறிச் செல்ல முடியும் என்று என் பெற்றோர் சொல்லி வளர்த்தனர். இதனால், நல்ல வேலைக்குப் போக வேண்டும் என்ற கனவோடு தீவிரமாகப் படித்தேன். சென்னையில் உள்ள எம்ஐடியில் கணினி பொறியியல் படித்தேன். பிறகு இன்போசிஸ் நிறுவனத்தில் வேலை கிடைத்தது.

2017-ல் காதல் திருமணம் செய்துகொண்டேன். கரோனா காலகட்டத்தில் குழந்தை பெற்றுக்கொண்டோம். அதன் பிறகு என் வாழ்க்கை பெரும் மாற்றத்தை சந்தித்தது.

என் பெற்றோர் உடல்நலம் குன்றியவர்கள். குழந்தையை கவனித்துக்கொள்ள அவர்களால் சென்னைக்கு வர முடியவில்லை. கணவர் தரப்பிலும் கிட்டத்தட்ட அதே சூழல். எனக்கு என்ன செய்வதென்றே தெரியவில்லை. தனி ஒருத்தியாக குழந்தையை கவனித்துக்கொண்டு வேலையிலும் ஈடுபடுவது எனக்கு மிகவும் சிரமமாக இருந்தது. குழந்தையை கவனித்துக் கொள்வதற்காக வேலையை விடும் நிர்பந்தத்துக்கு உள்ளானேன்.

வேலையை விட்ட பிறகு குழந்தையை நன்றாக கவனித்துக்கொள்ள முடிகிறது என்ற திருப்தி இருந்தாலும், சிறு வயது முதல் நன்றாக படித்து நல்ல வேலையில் அமர வேண்டும் என்ற கனவில் படித்து வந்த என்னால், திருமணம், குழந்தை என்ற காரணத்தால் வேலையை விட்டுவிட்டு வீட்டில் சும்மா இருப்பதை ஏற்றுக்கொள்ள முடியவில்லை. என் கனவு என் கண் முன்னாலேயே சிதைவதைப் பார்த்தேன்.

என்னுடைய மனக் குமுறலை லிங்கிடு இன் தளத்தில் எழுத ஆரம்பித்தேன். பல பெண்கள் என்னைத் தொடர்புகொண்டு தாங்களும் இதே பிரச்சினையை எதிர்கொள்வதாக பகிர்ந்தனர். குழந்தையையும் வீட்டையும் கவனித்துக்கொள்ள வேண்டியது என்பது திருமணத்துக்குப் பிறகு வேலைக்குச் செல்வதில் பெண்கள் எதிர்கொள்ளும் பெரிய சவால். இந்தக் காரணங்களால்தான் பெரும்பாலான பெண்களை வேலையை விடுகின்றனர். அப்படியெனில், வீட்டிலிருந்தபடி, ஏதுவான நேரத்தில் செய்யக்கூடிய வேலைகள் இருந்தால் இத்தகைய பெண்களால் வேலை செய்ய முடியும் என்பதை உணர்ந்தேன். அப்போதுதான் எனக்குத் தோன்றியது, ஏன் பெண்கள்

சங்கரி சுதர்

வீட்டில் இருந்தபடி வேலை பார்ப்பதற்கான வாய்ப்பை நாமே உருவாக்கித் தரக்கூடாது. அப்படி உதயமானதுதான் overqualified housewives.

இந்த ஐடியாவை எப்படி நிறுவனமாக மாற்றினீர்கள்? அந்த அனுபவத்தை பகிர்ந்துகொள்ளுங்கள்...

என்னுடைய நிறுவனத்தை உருவாக்குவதில் லிங்கிடு இன் தளம் முக்கிய பங்கு வகித்தது. அதில் நான் பெண்களின் வேலை வாய்ப்பு சார்ந்து எழுதிய பதிவுகள் பலரைச் சென்றடைந்தன. பல நிறுவனங்களின் கவனத்தையும் அந்தப் பதிவுகள் ஈர்த்தன. இதன் தொடர்ச்சியாக, என்னை அணுகிய ஸ்டார்ட்அப் நிறுவனங்கள், தங்களால் பகுதிநேர வேலை வழங்க முடியும் என்று கூறின.

ஒரு பக்கம், சில பெண்களுக்கு வீட்டிலிருந்தபடி மேற்கொள்ளும் வகையிலான வேலை தேவைப்படுகிறது. மற்றொருபுறம், நிறுவனங்களுக்கு தங்கள் பணிகளை முடித்துத் தரக்கூடிய நல்ல ஆட்கள் தேவைப்படுகின்றனர். இந்த இரு தரப்பையும் இணைக்கும்

பாலமாக நிறுவனத்தைக் கட்டமைக்க ஆரம்பித்தேன். நான் செயல்பட ஆரம்பித்த பிறகு நிறைய வாய்ப்புகள் உருவாகி வந்தன.

2022 ஆகஸ்டில் *Overqualified Housewives* தளத்தை ஆரம்பித்தேன். கடந்த ஒன்றரை ஆண்டுகளில் இத்தளத்தில் 28 ஆயிரம் பெண்கள் பதிவு செய்துள்ளனர். 800 பேருக்கு வேலைவாய்ப்பு பெற்றுத் தந்துள்ளோம். ஸ்டார்ட்அப் நிறுவனங்கள் தொடங்கி பெரிய ஐ.டி. நிறுவனங்கள் என சிறிதும், பெரிதுமாக 700 நிறுவனங்களுடன் இணைந்து செயல்படுகிறோம்.

என்ன மாதிரியான வேலை வாய்ப்புகளை பெற்றுத் தருகிறீர்கள்?

ஐ.டி. மனித வளம், கண்டன்ட் ரைட்டிங், டிசைனிங், கஸ்டமர் சர்வீஸ், இ-காமர்ஸ் மேனேஜ்மெண்ட் என வீட்டிலிருந்தபடி பார்க்கும் சாத்தியமுள்ள வேலைகளில் பிரதானமாக கவனம் செலுத்துகிறோம்.

திருமணத்துக்குப் பிறகு வேலை தேடும் பெண்களில் இருதரப்பினர் உண்டு. ஒன்று, என்னைப் போல் குடும்பச் சூழல் காரணமாக சில காலம் வேலையிலிருந்து விலகி இருந்து மீண்டு தேட முயல்பவர்கள். இன்னொரு தரப்பினர், பட்டம் பெற்றிருப்பர். ஆனால், வேலைக்கே செல்லாதவர்கள். இரண்டாம் வகையினருக்கு திறன் மேம்பாடு அவசியமாகிறது என்பதை உணர்ந்தேன். இத்தகைய பெண்களுக்கு, நிறுவனங்கள் எதிர்பார்க்கும் திறன்களை ஏற்படுத்தித் தருவதற்காக திறன் மேம்பாட்டு வகுப்புகளையும் தற்போது வழங்கத் தொடங்கியுள்ளோம்.

எங்கள் தளத்தில் பெண்கள் பதிவு செய்ய கட்டணம் கிடையாது. அவர்களுக்கு வேலை கிடைத்த பிறகு, அவர்களது ஊதியத்தில் குறிப்பிட்ட சதவீதத்தை கட்டணமாக பெறுவதை நடைமுறையாகக் கொண்டுள்ளோம்.

ஒரு சமூகமாக பெண்களின் வேலை வாய்ப்பு சார்ந்து நாம் மாற்றிக்கொள்ள வேண்டிய அணுகுமுறை என்ன?

சூழல் நிர்பந்தம் என்பதைத் தாண்டி கலாச்சாரரீதியாகவே பெண்கள் வேலைக்குச் செல்வதற்கு நம் சமூகத்தில் தடைகள் நிலவுகின்றன. சில ஆண்கள், “நான்தான் நன்றாக சம்பாதிக்கிறேனே. பிறகு ஏன் என் மனைவி வேலைக்குப் போக வேண்டும்?” என சொல்வதுண்டு. நாம் ஒன்றைப் புரிந்துகொள்ள வேண்டும். பெண்களுக்கு வேலை என்பது வருமானத்துக்கானது மட்டுமல்ல. அவள் தன் ஆளுமையை உணர்வதற்கான களம் அது. என்னைப் பொருத்தவரையில், ஒரு குடும்பம் மேம்பட்ட நிலைக்குச் செல்ல வேண்டுமென்றால், அந்த வீட்டில்

இருக்கும் பெண்கள் வேலைக்குச் செல்ல வேண்டும்.

சில பெற்றோர் தங்கள் பெண் பிள்ளைகளை நன்கு செலவழித்து படிக்க வைப்பார்கள். ஆனால், அந்தப் பெண் 25 வயதை நெருங்கிவிட்டால் அவளுக்கு திருமணம் செய்துவிட வேண்டும் என்பதே அவர்களது ஒரே குறிக்கோளாக மாறிவிடும். பெண்ணை ஒரு திருமணப்பண்டமாக அணுகும் போக்கு நம் சமூகத்தில் ஆழமாக வேரூன்றியுள்ளது. உண்மையில், பெண்ணை ஒரு ஆளுமையாக உருவாக்குவதே நம்முடைய இலக்காக இருக்க வேண்டும்.

இன்னமும் நாம் பெண் கல்வி குறித்து பேசும் இடத்தில்தான் இருக்கிறோம். பெண்களுக்கான வேலைவாய்ப்பு உரிமை குறித்து நாம் தீவிரமாக விவாதிக்க ஆரம்பிக்க வேண்டும்.

இந்தக் காலகட்டத்தை எதிர்கொள்ள பெண்கள் தங்கள் அளவில் மாற்றிக் கொள்ள வேண்டிய விஷயம் என்ன?

முதலில், குடும்பத்துக்காக தியாகம் செய்ய வேண்டும் என்ற மனநிலையிலிருந்து வெளியேவர வேண்டும். இத்தகைய மனநிலையே பல பெண்களை முடக்கி வைத்திருக்கிறது. அதேபோல், பெரும்பாலான பெண்கள் தங்கள் திறனை முன்வைக்க தயங்குகின்றனர். நம் சிந்தனையை, கருத்தை, திறனை வெளிப்படுத்த நாம் ஒருபோதும் தயங்கக்கூடாது. தயக்கம் நம்மை முடக்கிவிடும். நம்மை நாம் வெளிப்படுத்தும்போதுதான் நம்மால் முன்னகர்ந்து செல்ல முடியும்.

19

தயக்கம் தவிர்!

◆ Frigate இணை நிறுவனர் **கார்த்திகேயன் பிரகாஷ்**

திருச்சியைத் தலைமையிடமாகக் கொண்டு இயங்குகிறது ஃப்ரிகேட் (Frigate). நான்கு இளைஞர்களால் 2021-ம் ஆண்டு தொடங்கப்பட்ட ஸ்டார்ட்அப்.

கிளவுட் தொழில்நுட்பத்தின் அடிப்படையில் செயல்படும் இத்தளம், வெளிநாட்டு நிறுவனங்களிடமிருந்து உற்பத்தித் துறை சார்ந்த ஆர்டர்களைப் பெற்று, அதை இந்திய சிறு, குறு தயாரிப்பாளர்கள் மூலம் உருவாக்கித் தருகிறது. கார்த்திகேயன் பிரகாஷ் (29), ஃப்ரிகேட் நிறுவனர்களில் ஒருவர். 2015-ம் ஆண்டு பொறியியல் முடித்த சூட்டோடு, ஒரு சிறிய நிறுவனத்தில் வேலைக்கு சேர்ந்த அவர், அடுத்த மூன்றே ஆண்டுகளில், அமெரிக்காவில் ஸ்டார்ட்அப் நிறுவனம் ஒன்றுக்கு இணை நிறுவனர் ஆனார்.

தற்போது, அடுத்தப் பயணமாக ஃப்ரிகேட் நிறுவனத்தை நண்பர்களுடன் நடத்திவருகிறார். பெரிய குடும்பப் பின்புலம் கிடையாது. நடுத்தர வர்க்கம்தான். கல்விக் கடன் பெற்றே கல்லூரிப் படிப்பை முடித்தார். இந்திய சமூகச் சூழலில், நடுத்தர வர்க்க குடும்பப் பின்புலத்திலிருந்து வருபவர்கள், வேலையை விட்டுவிலகி சொந்தமாக நிறுவனம் தொடங்குவது என்பது மிகுந்த சவாலுக்குரிய விஷயம்.

◉ கார்த்திகேயன் பிரகாஷ்

இத்தகைய சூழலில் கார்த்திகேயன் பிரகாஷின் பயணம் கவனம் ஈர்க்கிறது. அவருடன் உரையாடினேன்...

தொழில்முனைவராக வேண்டும் என்ற எண்ணம் எப்போது உங்களுக்கு வந்தது?

பள்ளியில் படிக்கும்போதே எனக்கு தொழில் முனைவு சிந்தனை உருவாகிவிட்டது. என்னுடைய சொந்த ஊர் ஈரோடு. அப்பா மின்சாதனங்கள் விற்பனை செய்யும் கடை வைத்திருந்தார். பள்ளி விடுமுறை நாட்களில் அங்கு சென்று அப்பாவுக்கு உதவுவேன். அங்கு இருக்கும் சாதனங்களைக் கொண்டு நானே புதிய தயாரிப்புகளை உருவாக்கிப் பார்ப்பேன். இப்படியாக, புதிதாக ஒன்றை உருவாக்குவதில் சிறுவயதிலேயே எனக்கு மிகுந்த ஆர்வம் ஏற்பட்டுவிட்டது.

பள்ளிப் படிப்புக்குப் பிறகு பொறியியல் சேர்ந்தேன். ஆனால், கல்லூரிப் படிப்பு எனக்கு மிகுந்த ஏமாற்றம் அளித்தது. காரணம், கல்லூரியில் எல்லாமே தியரியாக இருந்தது. எனக்கு நாம் படிப்பவற்றை நடைமுறைப்படுத்திப் பார்க்க வேண்டும் என்ற எண்ணம் இருந்தது. அதற்கான சூழல், நம் கல்வி முறையில் இல்லை. எனினும், என்னாலான முயற்சிகளை மேற்கொண்டேன். கல்லூரிகளில் புராஜக்ட்டுகள்

வெறும் காட்சிப்பொருட்களாக இருக்கின்றன, அவற்றை நாம் பயன்பாட்டுக்கொண்டு வர வேண்டும் என்று கல்லூரி நிர்வாகத்திடம் முன்வைத்தோம்.

அதன் தொடர்ச்சியாக, எங்கள் கல்லூரியில், ஸ்டூடண்ட் இண்டஸ்ட்ரி என்ற அமைப்பு உருவாக்கப்பட்டது. மாணவர்கள், கல்லூரியில் உள்ள ஆய்வகத்தைப் பயன்படுத்தி புதிய தயாரிப்புகளைஉருவாக்கலாம். நானும் சில மாணவர்களும் இதில் ஆர்வமுடன் ஈடுபட்டோம். ஆய்வகத்தில் எங்கள் எல்லைக்கு உட்பட்டு புதிய தயாரிப்புகளை உருவாக்கி அதை வெளியே சந்தைப்படுத்தினோம்.

கல்லூரி முடியும் தருவாயில், நண்பர்கள், நல்ல நிறுவனத்தில் வேலைக்கு சேரவேண்டும் என்ற இலக்கில் விண்ணப்பித்துக் கொண்டிருந்தார்கள். ஆனால், எனக்கோ ஒரு நிறுவனத்தில் வேலைபார்ப்பதைவிடவும் சொந்தமாக தயாரிப்புகளை உருவாக்க வேண்டும் என்ற எண்ணமே இருந்தது.

கல்லூரி முடித்த பிறகு தொழில்முனைவு கனவை தொடர முடிந்ததா?

நம் சமூகத்தைப் பொறுத்தவரையில், சொந்தமாக தொழில் தொடங்குவதைவிடவும், யாரிடமாவது வேலை செய்வதைத்தான் முக்கியமானதாகக் கருதுகிறது. வேலைக்குச் சென்று சம்பாதிக்க வேண்டும் என்ற அழுத்தம் என் குடும்பத்திலிருந்து எனக்கு இருந்தது. இதனால், என்னால் கல்லூரி முடித்த உடனே என்னுடைய தொழில் முனைவுக் கனவை பின் தொடர முடியவில்லை.

சரி, முதலில் நம்மால் நல்ல நிறுவனத்தில் வேலை பெற முடியும் என்பதை நிரூபிப்போம். படிப்படியாக, நம் கனவை பின்தொடர்வோம் என்று முடிவு செய்தேன்.ஹைதராபாத்தில் ஒரு நிறுவனத்தில் வேலை கிடைத்தது. சிறிய நிறுவனம்தான். பெரிய நிறுவனத்தில் வேலை பார்ப்பதைவிடவும், சிறிய நிறுவனத்தில் வேலை பார்க்கும்போது நம் திறன்களுக்கு மிகுந்த முக்கியத்துவம் கிடைக்கும் என்பதை அந்த நிறுவனத்தில் பணியாற்றியபோது உணர்ந்தேன்.

அங்கு பெற்ற அனுபவத்தின் அடிப்படையில், 2017-ம் ஆண்டு ஸ்டார்ட்அப் நிறுவனம் ஒன்றில் பணிக்கு சேர்ந்தேன். அங்கு புதிய விஷயங்களை ஆர்வமாக முன்னெடுத்தேன். இதனால், என் மீது அந்நிறுவனத்தின் சிஇஓ-வுக்கு நல்ல அபிப்ராயம் உருவானது.

“அமெரிக்காவில் ஸ்டார்ட்அப் நிறுவனங்களுக்கு நிறைய வாய்ப்பு இருக்கிறது. நாம் இருவரும் இணைந்து அங்கு புதிய நிறுவனம் தொடங்கலாமா” என்று அவர் என்னிடம் கேட்டார். “நிறுவனம் தொடங்கும் அளவுக்கு என்னிடம் பணம் கிடையாதே” என்றேன். “பணத்தை நான் கவனித்துக்கொள்கிறேன். உன்னிடம் திறமை இருக்கிறது. பணத்தைவிடவும் அதுதான் மிகவும் முக்கியம் என்றார்.” அவரது வார்த்தைகள் எனக்கு பெரும் நம்பிக்கை ஊட்டின.

அவரும் நானும் இணைந்து அமெரிக்காவில் ரோபோடிக்ஸ், ஏஐ சார்ந்து டீப்டெக் துறையில் ஸ்டார்ட்அப் நிறுவனம் ஒன்றை தொடங்கினோம். அவர் நிதிசெயல்பாடுகளில் கவனம் செலுத்த, நான் 70 பேர் கொண்ட அந்த நிறுவனத்தை நிர்வகிக்கும் பொறுப்பை ஏற்றுக்கொண்டேன். அப்போது எனக்கு வயது 25.

கல்லூரி முடித்த மூன்றே ஆண்டுகளில் என்னுடைய தொழில்முனைவு கனவு நனவானது. ஒரு மேற்கொள் உண்டு. “நீங்கள் உங்கள் கனவை நோக்கி தீவிரமாக செயல்பட ஆரம்பித்தால், மொத்த பிரபஞ்சமும் உங்களுக்கு உதவும்.”

ஃப்ரிகேட் எப்படி உருவானது?

அது கரோனா சமயம், அமெரிக்க ஸ்டார்ட்அப் நிறுவனத்தில் நிதி திரட்டுவதில் நாங்கள் தடுமாற்றத்தை எதிர்கொண்டோம். இந்தச் சூழலில், அந்நிறுவனத்திலிருந்து நான் வெளியேறினேன். அமெரிக்காவில் இருந்தபோது ஒரு விஷயம் எனக்கு புலப்பட்டது. இந்தியாவில் நிறைய சிறு, குறு தயாரிப்பாளர்கள் உள்ளனர். வெளிநாடுகளில் நிறைய தயாரிப்பு தேவை இருக்கிறது.

ஆனால், இந்த வாய்ப்புகளை பயன்படுத்திக் கொள்வதற்கான கட்டமைப்பு இந்தியாவில் இல்லை. இவ்விரு தரப்புகளை இணைக்கும் பாலம் இருந்தால், இந்திய தயாரிப்பாளர்களுக்கு நிறைய சர்வதேச ஆர்டர்கள் கிடைக்கும் என்பதை உணர்ந்தேன். இதை அடிப்படையாகக் கொண்டு இந்தியாவில் ஸ்டார்ட்அப் நிறுவனம் தொடங்கலாம் என்று முடிவு செய்தேன்.

இது குறித்து லிங்க்டு இன் தளத்தில் தேடிக்கொண்டிருக்கும்போது திருச்சியைச் சேர்ந்த தமிழினியன் அவரது நண்பர்களுடன் இணைந்து இத்தகைய முன்னெடுப்பை மேற்கொண்டு வருவது தெரியவந்தது. அவரைத் தொடர்பு கொண்டேன். இருவரும் சந்தித்துப் பேசினோம்.

மறுநாளே நிறுவனத்தைத் தொடங்க முடிவு செய்துவிட்டோம். 2021-ல் ஃப்ரிகேட் உருவானது.

இந்தப் பயணத்தில் கற்றுக்கொண்ட பாடம் என்ன?

நம் சமூகக் கட்டமைப்புக் காரணமாக, தோல்வியைக் கண்டு, அவமானத்தை கண்டு அஞ்சுகிறோம். இதனால், புதிய முயற்சிகளில் ஈடுபடுவதற்கு நம்மிடம் தயக்கம் நிலவுகிறது. தயக்கத்தை உடைத்தால்தான் நாம் முன்னகர்ந்து செல்ல முடியும். சிலர் பெரிய கனவுடன் இருப்பார்கள். அதை நிறைவேற்ற காலம் வரும் என்று காத்திருப்பார்கள்.

என்னைப் பொறுத்தவரையில், ஒன்றை செய்ய வேண்டும் என்று நாம் நினைத்தால், தாமதிக்காமல் உடனே செயலில் இறங்கிவிட வேண்டும். காலம் வரும் என்று காத்திருந்தால், கடைசி வரைக்கும் எதையும் செய்து முடிக்க முடியாமலேயே போய்விடக்கூடும்.

எனவே, நம் கனவை நோக்கிய பயணத்தை சின்னச் சின்னச் செயல்களின் வழியே தொடங்கிவிட வேண்டும். காலம்தானாக வந்துவிடாது. நம் செயல்கள் வழியாகத்தான் காலம் நம்மை வந்தடையும். நம் திறன்களை விற்க கற்றுக்கொள்ள வேண்டும். நம் திறன்கள் வழியாகவே நாம் நமக்கான உயரத்தை அடைய முடியும்!

20

நம் திறன்களை சந்தைப்படுத்த வேண்டும்!

◆ Tamilpreneur **ஷ்யாம் சித்தார்த்**

2023 டிசம்பர் 17-ம் தேதி சென்னையில் ‘கிராண்ட் சங்கமம்’ ஸ்டார்ட்அப் நிகழ்ச்சி நடைபெற்றது. தமிழ்நாட்டின் பல்வேறு துறைசார்ந்த ஸ்டார்ட்அப் நிறுவனர்கள், முதலீட்டாளர்கள் இந்த நிகழ்வில் பங்கேற்றனர். சோஹோ நிறுவனர் ஸ்ரீதர் வேம்பு தலைமை வகித்தார். பெரிய கார்ப்பரேட் நிறுவனமோ அல்லது அரசு அமைப்போ இந்த நிகழ்ச்சியை ஒருங்கிணைத்தது என்று நினைத்துவிட வேண்டாம். அப்படியென்றால் இதை ஒருங்கிணைத்தது யார்? ‘தமிழ்பிரனர்’ *(Tamilpreneur)*.

ஷ்யாம் சித்தார்த். நெய்வேலியைச் சேர்ந்தவர். பொறியியல் முடித்துவிட்டு பெங்களூருவில் வேலை பார்த்துக்கொண்டிருந்தார். இந்திய அளவில் ஸ்டார்ட்அப் நிறுவனங்களுக்கான வலுவான கட்டமைப்பைக்கொண்ட நகரமாக பெங்களூரு திகழ்கிறது. பெங்களூருவில் புழங்கிக்கொண்டிருந்த அவருக்கு, தமிழ்நாட்டிலும் அப்படியொரு கட்டமைப்பை உருவாக்க வேண்டும் என்ற கனவு உருவானது. ஒரு சிறு முயற்சியாக, தொழில்முனைவு சார்ந்து தமிழ் மக்களிடம் விழிப்புணர்வு ஏற்படுத்தும் நோக்கில் 2019-ல் ‘தமிழ்பிரனர்’ *(Tamil + Entrepreneur)* என்ற பெயரில் இன்ஸ்டாகிராம் பக்கம் தொடங்கினார். அப்போது அவருக்கு

வயது 27. ஸ்டார்ட்அப் நிறுவனர்களுடன் தொடர்ச்சியாக உரையாடல் நிகழ்த்தி தமிழ்பிரனர் தளத்தில் பதிவிட ஆரம்பித்தார் ஷ்யாம்.

சிறு, குறு நகரங்களில் உள்ள தொழில் முனைவோர்களை ஊக்குவிக்கக் கூடியதாக அந்தப் பேட்டிகள் அமைந்தன. தமிழ்பிரனர் தளத்தை பின்தொடர்பவர்களின் எண்ணிக்கை நாளுக்கு நாள் அதிகரிக்கத் தொடங்கியது. இன்று, தமிழ்நாட்டு ஸ்டார்ட்அப் தொழில் முனைவோர்கள் மற்றும் முதலீட்டாளர்களுக்கான முக்கியமான தளமாக தமிழ்பிரனர் உருவெடுத்து இருக்கிறது.சாதாரணமாக இன்ஸ்டாகிராம் பக்கமாக தொடங்கப்பட்ட தமிழ்பிரனர், நான்கே ஆண்டுகளில் பிரம்மாண்டமான அளவில் ஸ்டார்ட்அப் நிகழ்ச்சிகளை ஒருங்கிணைக்கும் அளவுக்கு உருவெடுத்து இருக்கிறது.இந்தப் பயணத்துக்குப் பின்னால் இருக்கும் கதை என்ன?

ஷ்யாமுடன் உரையாடினேன்.

தமிழ்பிரனர் பயணம் எப்படித் தொடங்கியது?

இரண்டு நிகழ்வுகள் தமிழ்பிரனர் தொடக்கத்துக்குக் காரணமாக இருந்தன. கல்லூரியில் மெக்கானிக்கல் இன்ஜினியரிங் முடித்துவிட்டு பெங்களூருவில் வேலை பார்த்துக்கொண்டிருந்தேன். ஓய்வு நேரத்தில் பாட்காஸ்ட் (Podcast) கேட்பது வழக்கம். தற்செயலாக தொழில்முனைவு குறித்து பாட்காஸ்ட் ஒன்றை கேட்க நேர்ந்தது. ஐடியாவை நிறுவனமாக மாற்றுவது, அதை பெரிய அளவில் கொண்டு செல்வது என ஸ்டார்ட்அப் செயல்பாடு எனக்கு மிகுந்த சுவாரஸ்யத்தை ஏற்படுத்தியது. தொடர்ந்து ஸ்டார்ட்அப் நிறுவனங்கள் குறித்த பாட்காஸ்டைத் தேடித் தேடி கேட்க ஆரம்பித்தேன்.அப்போது பெங்களூருவில் ஸ்டார்ட்அப் நிகழ்ச்சி ஒன்று நடைபெற இருப்பதாக விளம்பரம் பார்த்தேன். அந்த நிகழ்ச்சிக்கு சென்றேன். வெவ்வேறு மாநிலங்களிலிருந்து நூற்றுக்கும் மேற்பட்ட தொழில்முனைவோர்கள் அங்கு வந்திருந்தனர்.

தமிழ்நாட்டிலிருந்து தொழில்முனைவோர்கள் யாரையும் பார்க்க முடியவில்லை.எனக்கு ஆச்சர்யமாக இருந்தது. நான் சொல்லும் காலகட்டம் 2019. எந்தெந்த மாநிலங்களில் ஸ்டார்ட்அப் கட்டமைப்பு வலுவாக இருக்கிறது என்பது தொடர்பாக நாஸ்காம் அறிக்கை ஒன்றை வெளியிட்டிருந்தது. அந்தப் பட்டியலில் 25 மாநிலங்கள் இருந்தன. பெங்களூரு முதல் இடத்தில் இருந்தது. தமிழ்நாடு 23-வது இடத்தில் இருந்தது. தமிழ்நாட்டில் ஸ்டார்ட்அப் சார்ந்து வலுவான கட்டமைப்பு இல்லை, தொழில்முனைவோர்கள் கலந்துரையாடுவதற்கான தளம் இல்லை என்பதை அந்த அறிக்கை உணர்த்தியது.

ஷ்யாம் சித்தார்த்

இரண்டாவது சம்பவம். ஒருமுறை, பெங்களூருவில் தெருவோர கரும்பு ஜூஸ் கடைக்குச் சென்றிருந்தேன். தமிழ்நாட்டைச் சேர்ந்த இளைஞர் கடையை நடத்திக்கொண்டிருந்தார். அந்தப் பகுதியில் மற்ற கடைகளை ஒப்பிட அவரது கடையில் கரும்பு ஜூஸின் ருசி தனித்துவமாக இருந்தது. ஆனால், பெங்களூருவில் சில கார்ப்பரேட் நிறுவனங்கள் கரும்பு ஜூஸை பாக்கெட்டில் அடைத்து, அதற்கென்று பிராண்ட் உருவாக்கி இரு மடங்கு விலை வைத்து விற்றுக்கொண்டிருந்தன. அவரும் தன்னுடைய கரும்பு ஜூஸ் கடையை ஒரு பிராண்டாக மாற்ற முடியும். அந்த அளவுக்கு தனித்துவமாக இருந்தது அவரது கரும்பு ஜூஸ். அவரிடம் சொன்னேன், “உங்கள் கடையை ஒரு பிராண்டாக மாற்றினால் உங்களால் இன்னும் அதிகம் சம்பாதிக்க முடியும். இன்னும் பல இடங்களில் கடையை திறக்க முடியும்” என்றேன்.

“நீங்கள் சொல்வது நன்றாக இருக்கிறது. எனக்கும் விருப்பம்தான். ஆனால், எப்படி பிராண்டாக மாற்றுவது, எப்படி சந்தைப்படுத்துவது என்பது குறித்து எனக்கு போதிய விவரம் தெரியவில்லை” என்றார்.

இவரைப் போலவே, தமிழ்நாட்டில் நிறைய பேர் தொழில்முனைவில் ஈடுபடுகிறார்கள். ஆனால், அவர்களுக்கு தங்கள் தொழிலை விரிவுபடுத்திச் செல்வதற்கு போதிய விழிப்புணர்வும் வழிகாட்டுதலும் இல்லை என்பதை உணர்ந்தேன். விழிப்புணர்வு, ஊக்கம், வழிகாட்டுதல், நிதி உதவி இருந்தால் தமிழ்நாட்டு தொழில்முனைவோர்கள் இன்னும் மேம்பட்ட நிலைக்கு செல்ல முடியும் என்று தோன்றியது. நம்மால் என்ன செய்ய முடியும் என்று யோசித்தேன்.

2019 மார்ச் மாதம் இன்ஸ்டாகிராமில் தமிழ்பிரனர் பக்கம் ஆரம்பித்தேன். அதில் தொழில்முனைவு குறித்த செய்திகளை பதிவிட ஆரம்பித்தேன். தொழில்முனைவோர்களுக்கு ஊக்கம் அளிப்பது குறித்து யோசித்தபோது, சிறு, குறு நகரங்களில் உள்ள தொழில் முனைவோர்களை பேட்டி கண்டு பாட்காஸ்ட் உருவாக்கலாம் என்ற ஐடியா உதயமானது. அவர்களின் கதை மற்றவர்களுக்கும் உத்வேகம் அளிக்கக்கூடியதாக இருக்கும். இதனால், தொழில்முனைவோர்களை தேடித்தேடி பேட்டி எடுக்க ஆரம்பித்தேன். இப்படித்தான் தமிழ்பிரனர் பயணம் தொடங்கியது.

சாதாரண இன்ஸ்டாகிராம் பக்கமாக தொடங்கிய பயணம் இன்று, ஸ்டார்ட்அப் நிறுவனங்களை ஒருங்கிணைக்கும் தளமாக உருவெடுத்து இருக்கிறது. இந்த மாற்றம் எப்படி நிகழ்ந்தது?

தமிழ்பிரனர் பாட்காஸ்ட்டுக்கு நான் எதிர்பார்த்ததைவிடவும் மிகுந்த வரவேற்பு இருந்தது. தமிழ்பிரனர் பாட்காஸ்ட் கேட்ட ஒருவருடமிருந்து இன்ஸ்டாகிராமில் ஒரு குறுஞ்செய்தி வந்தது. “நான் கோவையில் ஒரு நிறுவனத்தில் வேலைபார்த்துக்கொண்டிருந்தேன். மாத சம்பளம் பத்தாயிரம் ரூபாய். தமிழ்பிரனர் பாட்காஸ்ட் கேட்ட பிறகு சொந்தமாக தொழில் தொடங்கலாம் என்று நம்பிக்கை வந்தது. என் வசம் ஒரு பழைய பைக் இருந்தது. அதை பெயிண்ட் அடித்து மொபைல் ஷவர்மா கடை ஆரம்பித்துவிட்டேன். அதன் மூலம் இப்போது மாதத்துக்கு ரூ.40,000 சம்பாதிக்கிறேன்” என்று அவர் அதில் சொல்லி இருந்தார். எனக்கு அவரது வார்த்தைகள் பெரும் நம்பிக்கையையும் உத்வேகத்தையும் அளித்தன.

இதனால், தமிழ்பிரனரை இன்னும் பரவலாக எடுத்துச் செல்லலாம் என்று முடிவு செய்தேன். தொழில்முனைவோர்களின் அனுபவங்களை ‘மாஸ்டர்கிளாஸ்’ போல் வகைப்படுத்தி மக்களுக்கு வழங்கலாம் என்ற ஐடியா உதயமானது. லிங்கிடு இன் தளம்

போல், தமிழ் தொழில்முனைவோருக்கென்று ஒரு தளத்தை உருவாக்கினேன். இத்தளத்தில் தொழில்முனைவு செயல்பாட்டில் இருப்பவர்கள், அத்துறையில் ஏற்கெனவே கால்பதித்து செயல்பட்டு கொண்டிருப்பவர்களைத் தொடர்புகொண்டு கலந்துரையாட முடியும். ஆலோசனை பெற முடியும். படிப்படியாக, நேரடி சந்திப்புகளையும் ஒருங்கிணைக்க ஆரம்பித்தேன். தமிழ்பிரனர் கூட்டங்களைப் பார்த்து முன்னணி ஸ்டார்ட்அப் நிறுவனங்கள் ஆதரவு வழங்க ஆரம்பித்தன.

இதனிடையே, பிரவீன் என்ற நண்பர் அறிமுகமானார். தமிழ்பிரனருடன் சேர்ந்து பயணிக்க விருப்பம் தெரிவித்தார். அவரது வருகைக்குப் பிறகு, தமிழ் பிரனரை நிறுவனமாக மாற்றினோம். இப்போது தமிழ்நாடு முழுவதும் ஒவ்வொரு நகரிலும் தொழில்முனைவோர்களுக்கான கூட்டம் நடத்தும் பணியில் ஈடுபட்டு வருகிறோம். இந்தக் கூட்டங்களில் முதலீட்டாளர்களும் கலந்துகொள்கிற நிலையில் தொழில்முனைவோர்கள் தங்கள் ஐடியாக்களை அவர்களிடம் பகிர்ந்து நிதி திரட்டுவதற்கான வாய்ப்பாகவும் உள்ளது.

இந்தப் பயணத்தில் நீங்கள் புரிந்துகொண்ட விஷயம் என்ன?

சென்ற நூற்றாண்டில், பல நாடுகளில் வீட்டுக்கு ஒருவர் ராணுவத்தில் சேர்வது என்பது வழக்கமாக இருந்தது. தற்போது வீட்டுக்கு ஒருவர் தொழில்முனைவோராக வேண்டிய காலகட்டத்தில் இருக்கிறோம். ஸ்டார்ட்அப் அணுகுமுறை வழியாக நம்மைச் சுற்றி பொருளாதார வாய்ப்புகளை உருவாக்க முடியும். சமூகத்தில் உள்ள பல்வேறு பிரச்சினைகளை தீர்க்க முடியும். அந்தவகையில் ஸ்டார்ட்அப் தொழில் முனைவு என்பது பணம் சம்பாதிப்பதற்கான வழி மட்டுமல்ல, சமூகத்தை மேம்படுத்துவதற்கான வழி என்பதையும் இந்தப் பயணத்தில் புரிந்து கொண்டுள்ளேன்.

வெளிமாநில தொழில்முனைவோர்களுடன் ஒப்பிடுகையில் தமிழ்நாட்டு தொழில்முனைவோர்கள் எங்கு மேம்பட்டு இருக்கிறார்கள், எங்கு மேம்பட வேண்டிய இடத்தில் இருக்கிறார்கள்?

தமிழ்நாட்டு தொழில்முனைவோர்களிடம் காணும் மிக முக்கியமான அம்சம் கடின உழைப்பும் விடா முயற்சியும். சிறு நகரங்களில் தொழில்முனைவோர்கள அவ்வளவு கனவுடன் உழைத்துக்கொண்டிருக்கிறார்கள். ஆனால், அவர்கள் தங்களை சரியான முறையில் வெளிப்படுத்திக்கொள்வதில்லை. பெங்களூருவில் உள்ள தொழில்முனைவோர்களை எடுத்துக்கொண்டால், அவர்கள் செய்தது

ஒரு விஷயமாக இருக்காலாம். ஆனால், அவர்கள் நூறு விஷயங்கள் செய்ததுபோல் முன்வைப்பார்கள்.

ஆனால், தமிழ்நாட்டு தொழில்முனைவோர்கள் நூறு விஷயம் செய்திருப்பார்கள். ஆனால், தாங்கள் ஒன்றுமே செய்யவில்லை என்பார்கள். இதை நாம் தன்னடக்கம் என்று நினைத்துக்கொண்டிருக்கிறோம். உண்மையில் இது தன்னடக்கம் இல்லை. உலகின் போக்கை அறியாமல் இருப்பதன் விளைவாக உருவாகும் தாழ்வுமனப்பான்மை என்று நினைக்கிறேன். இந்த ஸ்டார்ட்அப் காலகட்டத்தில் நிறுவனங்கள் மட்டுமல்ல, ஒவ்வொரு தனிநபரும் தங்கள் செயல்பாடுகளைப் பற்றி பொதுத்தளத்தில் பேசுவதும் தங்கள் திறன்களை சந்தைப்படுத்துவதும் அவசியம். அப்படி நீங்கள் செய்யும்போது, எதிர்பாராத பல்வேறு வாய்ப்புகள் உங்களைத் தேடி வரும்!

●

21

உங்கள் திறனைக் கொண்டு நீங்கள் தீர்க்கப் போகும் பிரச்சினை என்ன?

◆ முதலீட்டாளர் & ஸ்டார்ட்அப் வழிகாட்டுநர்
செந்தில்குமார் இராஜேந்திரன்

முன்பு இந்தியாவின் முதுகெலும்பு என்று வேளாண் துறையை சொல்லிக் கொண்டிருந்தோம். இன்று நாட்டின் முதுகெலும்பு என்று ஸ்டார்ட்அப் நிறுவனங்களை சொல்ல ஆரம்பித்து இருக்கிறோம். அந்த அளவுக்கு நாட்டின் பொருளாதாரத்தை முன்னெடுத்துச் செல்லும் இன்ஜினாக ஸ்டார்ட்அப் நிறுவனங்கள் மாறிக் கொண்டிருக்கின்றன.

நாட்டின் பொருளாதாரத்தை மட்டுமல்ல, இ-காமர்ஸ், மருத்துவம், கல்வி, போக்குவரத்து, நிதி சேவை என பல தளங்களில் உருவாகி வரும் ஸ்டார்ட்அப் நிறுவனங்கள், நம்முன் இருக்கும் பிரச்சினைகளுக்கு புதிய அணுகுமுறை மூலம் தீர்வு வழங்கி மக்களின் வாழ்க்கைத் தரத்தையும் மேம்படுத்தக் கூடியவையாக செயல்படுகின்றன. எனினும், அமெரிக்கா, சீனாவுக்கு நிகரான ஸ்டார்ட்அப் கட்டமைப்பை உருவாக்க சில அடிப்படை மாற்றங்கள் செய்யப்பட வேண்டியது அவசியம் என்கிறார் முதலீட்டாளரும் ஸ்டார்ட்அப் வழிகாட்டுநருமான செந்தில்குமார் இராஜேந்திரன்.

கோடக் மஹிந்திரா உள்ளிட்ட முன்னணி நிதி நிறுவனங்களில் பணியாற்றியவர் செந்தில்குமார். பெங்களூரு ஐஐஎம், அமெரிக்காவில் உள்ள ஹார்வர்டு பல்கலைக்கழகம் உள்ளிட்ட முன்னணி கல்வி நிலையங்களில் நிதி நிர்வாகம், திட்டமிடல் சார்ந்து பட்டம் பெற்றுள்ள அவர், ஸ்டார்ட்அப் முதலீடு சார்ந்து தீவிரமாக இயங்கி வருகிறார். ஸ்டார்ட்அப் நிறுவனங்களுக்கான வழிகாட்டுநராகவும் உள்ளார். அவருடன் உரையாடியதிலிருந்து...

தமிழ்நாட்டில் தற்போதைய ஸ்டார்ட்அப் சூழல் எப்படி இருக்கிறது?

தமிழ்நாட்டில் ஸ்டார்ட்அப் கலாச்சாரம் மேம்பட்டு வருகிறது. குறிப்பாக, டீப் டெக், சாஸ் சார்ந்து வலுவான கட்டமைப்பு உருவாகி வருகிறது. ஸ்டார்ட்அப் சார்ந்த நிகழ்ச்சிகளை தமிழ்நாடு அரசு சென்னை மட்டுமல்லாது மாநிலத்தின் வெவ்வேறு பிராந்தியங்களில் நடத்துகிறது. ஆரோக்கியமான போக்கு இது. துறைவாரியாகப் பார்த்தால், தமிழ்நாட்டில் செயற்கை நுண்ணறிவு தொழில்நுட்பத்தை மையப்படுத்தி ஹெல்த்கேர், லாஜிஸ்டிக்ஸ், வேளாண், கல்வி ஆகிய துறைகளில் அதிக எண்ணிக்கையில் ஸ்டார்ட்அப் உருவாகுவதற்கான வாய்ப்பு உள்ளது.

ஏனைய பிராந்தியங்களுடன் ஒப்பிடுகையில் தமிழ்நாட்டு ஸ்டார்ட்அப் நிறுவனங்கள் எதிர்கொள்ளும் சவால்கள் என்ன?

குருகிராம், மும்பை, பெங்களூரு ஆகிய நகரங்களுடன் ஒப்பிடுகையில் தமிழ்நாட்டில் ஸ்டார்ட்அப் நிறுவனங்களுக்கான முதலீட்டுக் கட்டமைப்பு மேம்பட வேண்டிய இடத்தில் இருக்கிறது. நிறைய முதலீட்டு வாய்ப்புகளை இங்கு உருவாக்குவது அவசியம். பெங்களூருவில் உள்ள தொழில்நுட்ப நிறுவனங்களில் வேலை செய்பவர்கள் அமெரிக்கா உட்பட வெளிநாட்டு நிறுவனங்களுடன் நல்ல தொடர்பில் உள்ளனர்.

அவர்கள் மூலம் பெங்களூரு ஸ்டார்ட்அப் சூழல்குறித்த அறிமுகம் அமெரிக்க முதலீட்டாளர்களுக்குக் கிடைக்கிறது. இதனால், அவர்கள் பெங்களூருவில் முதலீடு செய்ய முன்வருகின்றனர். இதுபோன்று தமிழ்நாட்டில் ஸ்டார்ட்அப் சார்ந்த முதலீட்டு வாய்ப்புகளை வெளிநாட்டு முதலீட்டாளர்களின் பார்வைக்கு கொண்டு சேர்க்க வேண்டும்.

அதற்கு தமிழ்நாட்டில் உள்ள முக்கியமான ஸ்டார்ட்அப் நிறுவனங்களை நாம் சர்வதேச அளவில் முதன்மைப்படுத்த வேண்டும். தமிழ்நாடு என்று சொன்னால் சில ஸ்டார்ட்அப் நிறுவனங்களின் பெயர் நினைவுக்கு வர வேண்டும். இன்று சோஹோ நிறுவனம் சர்வதேச அளவில் அறியப்படுகிறது. அதுபோல் இன்னும் பல நிறுவனங்கள் இங்கிருந்து உருவாக வேண்டும்.

தற்போது நிறைய ஸ்டார்ட்அப் நிறுவனங்கள் உருவாகின்றன. ஆனால், பெரும்பாலான நிறுவனங்கள் 2 ஆண்டுகளைக்கூட தாண்டுவதில்லை. என்ன பிரச்சினை?

பெரும்பாலான நிறுவனர்கள் சந்தைத் தேவை குறித்து ஆழமான ஆராய்ச்சியை மேற்கொள்ளாமல் களத்தில் குதித்து விடுகின்றனர். அதனால் அவர்களால் நீண்டகாலம் தாக்குப்பிடிக்க முடிவதில்லை.

செந்தில்குமார் இராஜேந்திரன்

அதேபோல், தவறான பிசினஸ் மாடல், தயாரிப்பில் புதுமையின்மை, தொலைநோக்கு சிந்தனையற்ற அணி, மோசமான நிர்வாகம், நிதி கிடைக்காமல் போவது ஆகியவை ஸ்டார்ட்அப் நிறுவனங்கள் தோல்வி அடைவதற்கான முக்கியமான காரணங்களாக உள்ளன.

இன்னொரு பிரச்சினை உண்டு. நிதி திரட்டிவிட்டால், தங்கள் ஸ்டார்ட்அப் வெற்றி அடைந்துவிட்டதாக பலர் கருதுகின்றனர். அப்படி கிடையாது. டன்சோவை எடுத்துக் கொள்வோம். ரிலையன்ஸ் ரீடெய்ல், கூகுள் ஆகிய பெரிய நிறுவனங்களிடமிருந்து முதலீட்டைப் பெற்றது டன்சோ. ஆனால், தவறான திட்டமிடல் காரணமாக தற்போது டன்சோ, கடும் நஷ்டத்தை எதிர்கொண்டு திசை தெரியாமல் தடுமாறுகிறது. முதலீடு கிடைக்காவிட்டாலும், தொடர்ந்து நீடித்து நிற்கும் வகையில் நிறுவனத்தை உருவாக்குவது முக்கியம்.

ஸ்டார்ட்அப் உலகத்துக்குள் காலடி வைத்திருக்கும் இளம் தொழில்முனைவோருக்கு நீங்கள் கூற விரும்பும் அறிவுரை என்ன?

முதலாவது தெளிவு. சிலர் நிறைய ஐடியாவுடன் இருப்பார்கள். ஆனால், சந்தை குறித்து சிந்திக்க மாட்டார்கள். உங்கள் ஐடியா எவ்வளவு முக்கியமானதாக வேண்டுமானாலும் இருக்கலாம், ஆனால் அதை சந்தை வாய்ப்புள்ளதாக நீங்கள் மாற்றாவிட்டால் உங்கள் ஐடியாவால் எந்தப் பலனும் இல்லை. நாம் என்ன செய்யப்போகிறோம், அதை ஏன் செய்கிறோம், நம்முடைய தயாரிப்புக்கு சந்தையில் தேவை இருக்கிறதா

என்பன குறித்த தெளிவு மிக அவசியம். இரண்டாவது துணிவு. ரிஸ்க் இல்லாமல் தொழில்முனைவு இல்லை.

ரிஸ்க் எடுக்கும் மனநிலையை வளர்த்துக்கொள்ள வேண்டும். அமெரிக்காவில் ரிஸ்க் எடுக்கும் மனநிலை அதிகம். இதனால், அங்கு புதிய விஷயங்கள் உருவாக்கப்படுகின்றன. ரிஸ்க் எடுக்காமல் முன்னகர்ந்து செல்ல முடியாது.மூன்றாவது தாக்குப்பிடித்தல். ஸ்டார்ட்அப் செயல்பாட்டில் நாம் எதிர்பாராத பின்னடைவு நிகழ வாய்ப்பு உண்டு. அத்தகைய சூழலில், மனம் தளர்ந்து விடக்கூடாது. நம் செயல்பாட்டில் உறுதியுடன் இருக்க வேண்டும்.

இன்று இந்தியாவில் 1.4 லட்சத்துக்கு மேல் ஸ்டார்ட்அப் நிறுவனங்கள் உள்ளன. எனினும், ஸ்டார்ட்அப் கட்டமைப்பில் அமெரிக்கா, சீனாவுடன் ஒப்பிடுகையில் நாம் செல்ல வேண்டிய தூரம் அதிகம் என்று கூறுகிறீர்கள். என்ன மாற்றம் தேவை?

ஸ்டார்ட்அப் வளர்ச்சிக்கும் நாட்டின் கல்விக் கட்டமைப்புக்கும் நெருங்கிய தொடர்பு இருக்கிறது. இன்று தொழில்முனைவில் அமெரிக்கா உலகின் முன்னணி நாடாக உள்ளது. அதற்கு முக்கியமான காரணங்களில் ஒன்று, அந்நாட்டில் கல்வி நிறுவனங்களும் தொழில் துறையும் ஒன்றோடு ஒன்று இணைந்து செயல்படுகிறது. அங்கு ஆராய்ச்சி மேற்கொள்ளும் மாணவர்களுக்கு நிறுவனங்கள் நிதி வழங்குவது உண்டு.

அதேபோல், சீனாவிலும் ஆராய்ச்சிகளுக்கு அதிக முக்கியத்துவம் கொடுக்கப்படுகிறது. ஆனால், நம் நாட்டில் அப்படியான சூழல் இல்லை. நம் கல்வி அமைப்பில் படிப்புக்கும் வேலைவாய்ப்பு சந்தைக்கும் இடையில் மிகப் பெரிய இடைவெளி நிலவுகிறது. இந்த இடைவெளி குறைக்கப்பட வேண்டும். எந்தத் துறைகளில் எல்லாம் வாய்ப்பு இருக்கிறது என்பதை ஆராய்ந்து அந்தத் துறைகளில் ஆராய்ச்சிகளை ஊக்குவிக்க வேண்டும்.

தமிழ்நாட்டு ஸ்டார்ட்அப் செயல்பாட்டில் ஐஐடி மெட்ராஸ் ரிசர்ச் பார்க் முக்கிய பங்களிப்பு வழங்குகிறது. ஐஐடி மெட்ராஸ், அண்ணா பல்கலைக்கழகம் போன்று இன்னும் வலுவான கல்வி நிறுவனங்களை உருவாக்க வேண்டும். அதேபோல், நம் இளைஞர்களின் மனநிலையிலும் மாற்றம் தேவை. படித்து முடித்ததும் எந்த நிறுவனத்தில் வேலை செய்யப்போகிறேன் என்று யோசிக்கும் மனநிலையில் இருந்து, என்னுடைய திறனைக் கொண்டு என்ன பிரச்சினையை தீர்க்கப் போகிறேன் என்று யோசிக்கும் மனநிலைக்கு மாற வேண்டும்!

22

நிறைய தொடர்புகளை உருவாக்கிக் கொள்ளுங்கள்!

◆ Angel Investor **சந்திரசேகர் குப்பேரி**

ஸ்டார்ட்அப் நிறுவனச் செயல்பாட்டில் நிதி திரட்டுதல் என்பது மிக முக்கியமான அங்கம். நல்ல ஐடியாவை நிறுவனமாக மாற்றிய பிறகு, நிறுவனத்தை விரிவுபடுத்த நிதி தேவை. இத்தகைய சூழலில் ஏஞ்சல் இன்வெஸ்டார், வென்சர் கேபிடல் உள்ளிட்ட வாய்ப்புகளைப் பயன்படுத்தி ஸ்டார்ட்அப் நிறுவனங்கள் நிதி திரட்டுவது வழக்கம். அந்தவகையில் முதலீட்டாளர்கள் ஸ்டார்ட்அப் நிறுவன வளர்ச்சியில் முக்கிய பங்கு வகிக்கின்றனர். ஆனால், பொதுத் தளத்தில், ஸ்டார்ட்அப் தொழில்முனைவு செயல்பாடு குறித்து தெரிந்த அளவுக்கு, முதலீட்டாளர்களின் உலகம் பற்றி பரவலாக தெரிவதில்லை.

முதலீட்டாளர் என்பவர் யார், ஏன் அவர் ஸ்டார்ட்அப் நிறுவனங்களுக்கு நிதி வழங்குகிறார், ஸ்டார்ட்அப் நிறுவனங்களிடமிருந்து அவர் எதிர்பார்க்கும் தகுதிகள் என்ன என்பனவற்றை தெரிந்துகொள்வது அவசியம். ஆரம்ப நிலையில் இருக்கும் தொழில்முனைவோருக்கு நிதியும், வழிகாட்டுதலும் வழங்கி உதவும் முதலீட்டாளர்கள் ஏஞ்சல் இன்வெஸ்டார்கள் என்று அழைக்கப்படுகிறார்கள்.

சந்திரசேகர் குப்பேரி ஒரு ஏஞ்சல் இன்வெஸ்டார். சர்வதேச நிறுவனங்களில் நிதித் துறையில் நீண்ட காலம் பணியாற்றியவர்.

அந்த அனுபவத்தின் அடிப்படையில், 'அனோவா கார்ப்பரேட் சர்வீசஸ்' நிறுவனத்தை சொந்தமாக தொடங்கி நடத்தி வருகிறார். நிறுவனங்களை வாங்கல், விற்றல் ஸ்டார்ட்அப் நிறுவனத்துக்கு நிதி திரட்டுதல் தொடர்பான ஆலோசனை வழங்கி வரும் குப்பேரி, இதுவரையில் 50-க்கும் மேற்பட்ட ஸ்டார்ட்அப் நிறுவனங்களில் முதலீடு செய்திருக்கிறார். முதலீட்டாளர்களின் உலகம் எப்படிப்பட்டது, அவர்கள் எப்படி விஷயங்களை அணுகுகிறார்கள் என்பன குறித்து அவரிடம் உரையாடினேன்...

நீங்கள் ஏஞ்சல் இன்வெஸ்டாராக மாறியது எப்படி?

நான் பிறந்தது சென்னை. அப்பா வங்கியில் பணிபுரிந்தார். இதனால், பட்டயக் கணக்கராக (சிஏ) வேண்டும் என்பது சிறு வயதிலேயே இலக்காக மாறியது. கல்லூரியில் வணிகவியல் பிரிவில் சேர்ந்தேன். படிப்பு முடிந்ததும் சிஏ தேர்வுக்கு தயாராக ஆரம்பித்தேன். நான் நன்றாக படிக்கக்கூடிய மாணவன். தேசிய அளவில் சிஏ தேர்வில்17-வது இடம் பெற்றேன். அது எனக்கு பெரிய வாய்ப்புகளை உருவாக்கித் தந்தது. அமெரிக்க எண்ணெய் நிறுவனமான எக்ஸான் மொபில், அதைத் தொடர்ந்து ஆடிட்டிங் நிறுவனமான கேபிஎம்ஜி ஆகிய சர்வதேச நிறுவனங்களில் சில ஆண்டுகள் பணியாற்றினேன். இதைத் தொடர்ந்து யார்டிலி ஆஃப் லண்டன் நிறுவனத்தில் எனக்கு வேலை கிடைத்தது.

என் வாழ்வின் முக்கியமான காலகட்டம் இது. அங்கு என்னுடைய வேலை இதுதான்: சர்வதேச அளவில் முக்கியமான நிறுவனங்களை, பிராண்டுகளை மதிப்பீடு செய்து, அவற்றை யார்ட்லி நிறுவனத்துக்காக கையகப்படுத்த வேண்டும். சந்தை வாய்ப்பு நன்றாக இருக்கும்போது, வாங்கிய நிறுவனங்களை விற்றுவிட வேண்டும். எளிமையாக சொல்லப்போனால், பங்குகளை வாங்கி விற்பதுபோல நிறுவனங்களை வாங்கி விற்பதுதான் எனக்கு வேலை. இதற்காக, ஜெர்மனி, இத்தாலி, பிரான்ஸ், ஹாங்காங், சீனா, அமெரிக்கா, கத்தார் என உலகம் முழுவதும் பயணித்து முதலீட்டு வங்கிகள், முதலீட்டாளர்களுடன் இணைந்து பணியாற்றும் வாய்ப்பு அமைந்தது.

ஒரு கட்டத்தில் எங்கள் நிறுவனத்தையே, நல்ல லாபத்தில் ஹாங்காங் நிறுவனமான லி & பங் (Li&Fung) நிறுவனத்துக்கு விற்றோம். ஆண்டு 2013. மூன்று சர்வதேச நிறுவனங்களில் 17 ஆண்டுகாலம் பணிபுரிந்திருந்தேன். ஒவ்வொரு நிறுவனத்திடமிருந்தும் தனித்தனி அனுபவங்கள் பெற்றிருந்தேன். 'நாமே சொந்தமாக நிறுவனம் ஆரம்பித்தால் என்ன'

சந்திரசேகர் குப்பேரி

என்று ஒரு கட்டத்தில் தோன்றியது. அப்படி ஆரம்பிக்கப்பட்டதுதான் அனோவா கார்ப்பரேட் சர்வீசஸ். அனோவா வழியாக நிதி திரட்டுதல், கையகப்படுத்துதல், முதலீடு தொடர்பாக மற்ற நிறுவனங்களுக்கு ஆலோசனை வழங்கி வந்தேன். அதன் தொடர்ச்சியாக, நானே ஏஞ்சல் இன்வெஸ்டாராக மாறி, நேரடியாக ஸ்டார்ட்அப் நிறுவனங்களில் முதலீடு செய்ய ஆரம்பித்தேன்.

ஏன் ஏஞ்சல் இன்வெஸ்டார்கள் தற்போது ஸ்டார்ட்அப் நிறுவனங்களில் கூடுதல் ஆர்வம் காட்டுகிறார்கள்?

சாதாரண மக்கள் தங்கள் பணத்தைப் பெருக்க நிலம், தங்கம், வங்கி மற்றும் பரஸ்பர நிதி திட்டங்களில் முதலீடு செய்வது வழக்கம். அடுத்த கட்டமாக, பங்குச் சந்தையில் முதலீடு செய்வார்கள். இதுவே, ஹெச்என்ஐ (HNI) என்று அழைக்கப்படும் அதிக சொத்து மதிப்பு கொண்ட தனிநபர்கள் தங்கள் வசமுள்ள பணத்தைப் பெருக்க வெவ்வேறு வழிகளில் முதலீடு செய்வார்கள். ஸ்டார்ட்அப் நிறுவனங்களில் முதலீடு செய்வது அவற்றில் ஒன்று. இன்று அதிக ஸ்டார்ட்அப் நிறுவனங்களைக் கொண்டிருக்கும் நாடுகளின் பட்டியலில் இந்தியா 3-வது இடத்தில் இருக்கிறது.

இந்திய பொருளாதாரத்தை முன்னகர்த்திச் செல்லக்கூடியதாக ஸ்டார்ட்அப் நிறுவனங்கள் உள்ளன. ஸ்டார்ட்அப் நிறுவனங்களில் முதலீடு செய்தால், 40 சதவீதம் வரையில் ரிட்டர்ன் கிடைக்கும். இதனால், அதிக சொத்து மதிப்பு கொண்ட ஏஞ்சல் இன்வெஸ்டார்களுக்கான சிறந்த முதலீட்டு வாய்ப்பாக ஸ்டார்ட்அப் நிறுவனங்கள் உள்ளன. சொல்லப்போனால், ஸ்டார்ட்அப் நிறுவனர்கள் எப்படி நல்ல முதலீட்டாளர்களை தேடிக் கொண்டிருக்கிறார்களோ, அதுபோலவே முதலீட்டாளர்கள் நல்ல ஸ்டார்ட்அப் நிறுவனங்களைத் தேடிக்கொண்டிருக்கின்றனர்.

முதலீட்டாளர்கள் ஒரு நிறுவனத்துக்கு நிதி வழங்குவதற்கு அந்நிறுவனத்திடமிருந்து எதிர்பார்க்கும் தகுதிகள் என்ன?

நாம் குதிரை மீது அல்ல, அதை இயக்கும் வீரர் மீதுதான் பந்தயம் கட்டுகிறோம். அதுபோலத்தான் ஸ்டார்அப் மீதான முதலீடும். முதலீட்டாளர்களாகிய நாங்கள், நிறுவனர்களின் திறனையும் ஆற்றலையும் மிகத் தீவிரமாக மதிப்பீடு செய்வோம். அவர்களிடம் எந்த அளவுக்கு ஆற்றல் இருக்கிறது என்பதை அலசுவோம். பொதுவாக, தனி நிறுவனராக இல்லாமல், இணை நிறுவனர்கள் இருந்தால் நல்லது. அப்போதுதான், நிறுவனத்தில் சமநிலை நிலவும். முதலீடு என்பது ஒரு நீண்டகால உறவு. எனவே, முதலீட்டாளர்களை ஈர்க்கும் வகையில், நிறுவனர்கள் தங்கள் ஸ்டார்ட்அப் நிறுவனத்தின் ஐடியாவை மிகத் தெளிவாக முன்வைக்க வேண்டும்.

உங்கள் நிறுவனத்துக்கான சந்தை வாய்ப்பு எப்படி இருக்கிறது, போட்டிச் சூழல் என்ன, நிறுவனத்தை முன்னெடுத்து செல்வதற்கான அடுத்த கட்ட திட்டங்கள் என்ன என்பவற்றை மிகத் தெளிவாகவும் ஆழமாகவும் முன்வைக்கத் தெரிய வேண்டும். நிதி திரட்டலில் ஈடுபடும் ஸ்டார்ட்அப் நிறுவனர்கள் சில விஷயங்களை மனதில் கொள்ள வேண்டும் என்று நினைக்கிறேன். வெற்றி என்பது ஐடியாவில் இல்லை. அதை எப்படி செயல்படுத்துகிறீர்கள் என்பதில்தான் இருக்கிறது. எனவே, ஐடியாவை எப்படி செயலாக மாற்றப்போகிறீர்கள் என்பதில் கூடுதல் கவனம் செலுத்துவது அவசியம். நிதி கிடைக்கவில்லை என்றால் மனம் தளர்ந்துவிடாதீர்கள். உங்களை நோக்கி கேட்கப்படும் ஒவ்வொரு கேள்வியும் உங்களை ஒரு படி முன்னகர்த்திச் செல்கிறது என்று கருதுங்கள். கேள்விகளை கண்டு அஞ்சாதீர்கள். எதிர்கொள்ளுங்கள்.

முதலீடு என்பது ஏற்றமும் இறக்கமும் கலந்த பயணம். இந்தப் பயணத்தில் நீங்கள் கற்றுக்கொண்டது என்ன?

தற்போதைய காலகட்டத்தில், எவ்வளவு தொடர்புகளை உருவாக்கிக் கொள்கிறோமோ, அதுதான் நம் சொத்து. Network is Net worth என்பதை ஆழமாக புரிந்துகொண்டுள்ளேன். தொழில்முனைவுக்கும், முதலீட்டுக்கும் மட்டுமில்லை, நாம் எந்த வேலையில் இருந்தாலும், நாம் முன்னகர்ந்து செல்வதற்கு தைரியமும், தன்னம்பிக்கையும் மிக அடிப்படையானவை. அடுத்தது, பொறுமை. எல்லா சமயமும், நாம் நினைத்தது நடந்துவிடும் என்று சொல்ல முடியாது. சில சமயங்களில் மிகப்பெரிய இழப்புகள் ஏற்படும். அந்த சமயங்களில் மனம் தளர்ந்துவிடக்கூடாது. நிதானம் மற்றும் அமைதியின் வழியாகத்தான் நாம் நெருக்கடியான காலகட்டங்களில் தொடர்ந்து பயணிக்க முடியும்.

நம்மைச் சுற்றி பல எதிர்மறையான விஷயங்கள் நடந்துகொண்டிருக்கலாம். வாழ்க்கை மீது நம்பிக்கை இழக்கக் கூடியதாக சூழல் இருக்கலாம். ஆனால், அந்த எதிர்மறை எண்ணத்தை நம்முள் அனுமதித்துவிட்டால், நாம் எந்த காரியத்தையும் தொடங்க முடியாது. எல்லா காரியமும் அர்த்தமற்றதாக தோன்றும். இறுதிவரையில், நாம் ஒரே இடத்தில்தான் நின்றுகொண்டிருப்போம். ஆக, உலகை நாம் நேர்மறையாக அணுகப் பழக வேண்டும். நம்மைச் சுற்றி இருக்கும் வாய்ப்புகளை எப்படி பயன்படுத்துவது என்பது குறித்து சிந்திக்க வேண்டும்.

●

23

ஐடியாதான் உலகத்தை முன்னகர்த்துகிறது!

◆ இந்தியாவின் முதல் போர்க் கப்பல் 'கோதாவரி'யை வடிவமைத்த
கேப்டன் மோகன் ராம்

1970-களில் இந்தியா தனக்கென்று சொந்தமாக ஒரு போர்க் கப்பலை வடிவமைத்து உருவாக்க திட்டமிட்டது. அதுவரையில், இந்தியா அதன் அடிப்படை ராணுவக் கட்டமைப்புக்கு பிரிட்டன் மற்றும் ரஷ்யாவை பெரிதும் சார்ந்து இருந்தது. போர்க் கப்பலை சொந்தமாக உருவாக்கும் அளவுக்கு இந்தியாவுக்கு பெரிய அனுபவமும் கிடையாது.

அதில் பெரும் முதலீடு செய்யும் அளவுக்கு நிதிச் சூழலும் அப்போது இல்லை. எனினும், நம்பிக்கையின் அடிப்படையில் களம் இறங்கியது. போர்க் கப்பலை வடிவமைக்கும் பொறுப்புக்கு இந்திய கடற்படை தேர்ந்தெடுத்த நபர் மோகன் ராம். மோகன் ராம் தமிழ்நாட்டைச் சேர்ந்தவர்.

ஐஐடி காரக்பூரில் கடற்படை கட்டடவியலில் பட்டம் பெற்று 1959-ம் ஆண்டு இந்திய கடற்படையில் பொறியியல் பிரிவில் பணியில் இணைந்தார். படிப்படியாக, கப்பல் வடிவமைப்பில் ஆழ்ந்த நிபுணத்துவம் பெற்றார். அவர் திறன் மீதான நம்பிக்கையில், நாட்டின் முதல் போர்க் கப்பலை வடிவமைக்கும் பொறுப்பை இந்திய கடற்படை அவருக்கு வழங்கியது.

மோகன் ராமின் தலைமையிலான அணி, 1974-ல் கோதாவரியை வடிவமைக்கும் பணியில் இறங்கியது. 1983-ல் அக்கப்பல் வெற்றிகரமாக பயன்பாட்டுக்கு வந்தது. அவரது இந்தப் பங்களிப்புக்காக இந்திய ராணுவம் அவருக்கு விஷிஸ்த் சேவா பதக்கம் வழங்கி கவுரவித்தது.

இந்தியாவை செதுக்கிய முக்கியமான 100 ஐஐடி மாணவர்களில் ஒருவராக அடையாளப்படுத்தப்படும் மோகன் ராமின் பங்களிப்பு கடற்படையோடு முடிந்துவிடவில்லை. கார்ப்பரேட் உலகுக்கும் நீண்டது.

கடற்படையில் 25 ஆண்டுகள் பணியாற்றிய அவர், மகாராஷ்டிராவைத் தலைமையிடமாகக் கொண்ட முகுந்த் ஸ்டீல் நிறுவனத்திலும், தமிழ்நாட்டின் டிவிஎஸ் நிறுவனத்திலும் இணைந்து, நஷ்டத்திலிருந்த அந்நிறுவனங்களை லாபப் பாதைக்கு மீட்டெடுத்தார். அவரது இந்த அனுபவம் '*A Captain in Corporate Wonderland*' நூலாக வெளிவந்துள்ளது.

இந்தியாவின் வளர்ச்சிக்கு முக்கிய பங்காற்றிய ஐஐடி மாணவர்களில் ஒருவராக நீங்கள் அடையாளப்படுத்தப்படுகிறீர்கள். உங்கள் ஐஐடி பயணம் எப்படித் தொடங்கியது?

நான் பிறந்தது கோவை. ஆண்டு 1936. அப்பா வழக்கறிஞர். நடுத்தரக் குடும்பம்தான். மொத்தம் 10 குழந்தைகள். நான்தான் மூத்தவன்.

என்னுடைய பள்ளிப் பருவத்தில் நான் ஆஸ்துமாவில் கடுமையாக அவதிப்பட்டேன். பார்ப்பதற்கு குச்சி மாதிரி ஒல்லியாக இருப்பேன். இதனால், பத்தாம் வகுப்பு முடித்து விட்டு, மேற்படிப்புக்குச் செல்லாமல் ஒருவருடம் என் உடலையும் என் ஆங்கிலத்தையும் மேம்படுத்த செலவிட்டேன். இதனிடையே கல்லூரிப் படிப்புக்கு என்ன செய்யலாம் என்று யோசித்துக்கொண்டிருந்த சமயத்தில், ஐஐடி குறித்து விளம்பரம் ஒன்றைப் பார்த்தேன்.

விண்ணப்பித்தேன். இந்தியாவின் முதல் ஐஐடி மேற்குவங்க மாநிலம் காரக்பூரில் தொடங்கப்பட்டு 2 ஆண்டுகள்தான் ஆகி இருந்தன. அப்போது நுழைவுத் தேர்வு கிடையாது. அங்கு எனக்கு இடம் கிடைத்தது. ஐஐடியில் கடற்படை கட்டடக்கலை பிரிவைத் தேர்ந்தெடுத்தேன்.

அந்தத் துறை குறித்து எனக்கு அந்த சமயத்தில் எந்தப் புரிதலும் கிடையாது. கடலில் வேலைபார்த்தால் ஜாலியாக இருக்கலாம் என்பதுதான் அப்போது என்னுடைய எண்ணம். ஆனால், ஐஐடி எனக்கு ஒரு புதிய கனவை உருவாக்கித்தந்தது.

யோசித்துப் பார்த்தால், இந்தியாவின் வளர்ச்சியில் ஐஐடியின் பங்களிப்பு மிக முக்கியமானது. இன்று சிலர் அரசியல்ரீதியாக ஜவஹர்லால் நேருவை விமர்சிக்கின்றனர்.

ஆனால், ஐஐடி போன்ற ஒரு கல்வி நிறுவனத்தை உருவாக்க எத்தகைய முன்னோக்கிய சிந்தனை வேண்டும்? ஐஐடி உருவாக்கப்பட்டிருக்காவிட்டால் இந்தியா இன்று என்னவாக ஆகி இருக்கும் என்பதை நினைத்துக் கூட பார்க்க முடியவில்லை.

கோதாவரியை வடிவமைக்கும் வாய்ப்பு எப்படி உங்களுக்கு அமைந்தது? போர்க் கப்பல் வடிவமைப்பில் இந்தியாவின் முதல் முயற்சி அது. எத்தகைய சவால்கள் உங்கள் முன் இருந்தன?

ஐஐடி முடித்த பிறகு இரண்டு வாய்ப்புகள் என் முன் இருந்தன. ஒன்று, அமெரிக்காவில் உள்ள எம்ஐடியில் முனைவர் பட்டம் மேற்கொள்ள உதவித் தொகையுடன் இடம் கிடைத்திருந்தது. மற்றொன்று இந்திய கடற்படையில் பொறியியல் பிரிவில் வேலை கிடைத்திருந்தது.

எம்ஐடியில் இடம் கிடைப்பது என்பது மிகப் பெரிய வாய்ப்பு. என் அப்பாவுக்கு நான் அமெரிக்கா செல்ல வேண்டும் என்பது விருப்பம். நேருவின் கொள்கைகளால் நான் ஈர்க்கப்பட்டிருந்தேன். நாட்டுக்குப் பங்களிப்பு வழங்கும் எண்ணத்தில், இந்திய கடற்படையில் இணைய முடிவெடுத்தேன்.

நான் பணியில் சேர்ந்த சில மாதங்களிலேயே இந்திய கடற்படை, என்னை போர்க் கப்பல் வடிவமைப்பு குறித்து ராயல் நேவியில் பயின்றுவர பிரிட்டன் அனுப்பியது. 1959 - 1963 வரை 4 ஆண்டுகள் அங்கு கழிந்தது. கப்பல் என்பது ஒரு சிறிய நகரம். அதுவும் போர்க் கப்பல் கட்டமைப்பு என்பது அனைத்து பொறியியல் பிரிவுகளையும் உள்ளடக்கியது.

அது எப்படி உருவாக்கப்படுகிறது என்பதை ஒவ்வொரு அங்குலமாக பார்ப்பது என்பது தனித்துவமான அனுபவம். ராயல் நேவியில் நான் பயின்று வந்ததால், இந்திய கடற்படையில் எனக்கு வடிவமைப்பு சார்ந்து முக்கிய பொறுப்புகள் வழங்கப்பட்டன. அப்படித்தான், கோதாவரியை வடிவமைக்கும் பொறுப்பும் எனக்கு வழங்கப்பட்டது.

அதுவரையில் நாம் சொந்தமாக போர்க் கப்பலை வடிவமைத்ததில்லை. இதனால், புதிதாக வடிவமைப்பு மேற்கொள்வது மிகப் பெரும் சவாலாக இருந்தது. Jane's Fighting Ships என்ற புத்தகம் இத்துறையில்

⊕ கேப்டன் மோகன் ராம்

பிரபலமானது. பல்வேறு போர்க் கப்பல்களின் புகைப்படங்கள் அடங்கிய தொகுப்பு அது. அதை அடிப்படையாகக் கொண்டு கோதாவரியை வடிவமைத்தோம்.

கப்பலின் மேல்தளத்தில் ரஷ்ய ஆயுதங்களும், கீழ் தளத்தில் ஐரோப்பிய ஆயுதங்களையும் பொருத்தினோம். பனிப்போர் உச்சத்தில் இருந்த காலகட்டத்தில், இத்தகைய ஒரு வடிவமைப்பை அப்போது யாரும் கற்பனை செய்யவில்லை. இதனால், கோதாவரி சர்வதேச அளவில் பேசுபொருளானது.

முக்கியமான மத்திய அரசுப் பொறுப்பிலிருந்து விலகி தனியார் துறையை நோக்கி நீங்கள் சென்றதற்கு என்ன காரணம்?

இந்திய கடற்படையில் 21 ஆண்டுகள் பணியாற்றியதைத் தொடர்ந்து, மத்திய அரசின் மசாகன் கப்பல் கட்டுமான நிறுவனத்தில் வடிவமைப்புத் துறையில் தலைமைப் பொறுப்பு வழங்கப்பட்டிருந்தது.

ஒரு கட்டத்தில் அங்குள்ள நிர்வாகச் செயல்பாடு எனக்கு பெரும் சங்கடத்தைத் தந்தது. வேறுசில தனிப்பட்டக் காரணங்களும் இனி இங்கு தொடர வேண்டாம் என்ற மனநிலையை உருவாக்கியது. இதனால், பணியிலிருந்து விலக முடிவு செய்தேன்.

தனியார் துறை என்பது லாபம், நஷ்டம் கணக்கு சார்ந்து செயல்படக்கூடியது. இந்தச் சூழலுக்கு ஏற்ப எப்படி உங்களை தகவமைத்துக்கொண்டீர்கள்?

என்னுடைய பலமாக நான் 2 விஷயங்களை கருதுவதுண்டு. ஒன்று, இனோவேஷன். மற்றொன்று, புதியன கற்றல். முகுந்த் நிறுவனத்திலும் சரி, டிவிஎஸ் நிறுவனத்திலும் தயாரிப்பு நடைமுறை சார்ந்து சவால்கள் எழுந்தபோது நான் முன்வைத்த ஐடியாக்கள் மிகப் பெரும் பலனை கொடுத்தன.

கடற்படையிலும், என்னுடைய ஐடியாக்களின் வழியாகவே நான் அறியப்படுபவனாக இருந்தேன். வளர்ச்சிப் பாதையில் நாம் பயணிப்பதற்கு புதிய ஐடியாக்களை உருவாக்குவது மிகவும் முக்கியம். சொல்லப்போனால், புதிய புதிய ஐடியாக்கள்தான் உலகத்தை முன்னகர்த்திச் செல்கின்றன.

அதேபோல், “எனக்கு இதைப் பற்றி கொஞ்சம் விளக்க முடியுமா” இந்தக் கேள்வியை நான் வாழ்க்கை முழுவதும் கேட்டு வந்துள்ளேன். ஒருபோதும் வெட்கப்பட்டதில்லை. முகுந்த் நிறுவனத்தில் இணையும் வரை எனக்கு ஸ்டீல் தயாரிப்பு குறித்து எந்தப் புரிதலும் கிடையாது. ஆனால், ஸ்டீல் தயாரிப்பு முறை பற்றி கடைநிலை ஊழியர்களிடமிருந்தும் கற்றுக்கொள்பவனாக இருந்தேன். இந்த இரண்டு பண்புகள் கார்ப்பரேட் சூழலை எதிர்கொள்ள எனக்கு உதவின.

உங்கள் கார்ப்பரேட் பயணத்தில் நீங்கள் எதிர்கொண்ட மிகப் பெரிய சவால் எது? அதை எப்படி சமாளித்தீர்கள்?

1990 பிப்ரவரி 26. நான் டிவிஎஸ் நிறுவனத்தின் தலைவராக பெறுப்பேற்று சில மாதங்கள்தான் ஆகியிருந்தன. நிர்வாகத்துக்கு எதிராக தொழிலாளர்கள் போராட்டத்தில் குதித்தனர்.

மிகப் பெரும் வன்முறை வெடித்தது. நான் சென்ற பேருந்துக்கு தீவைக்க முயன்றனர். தவறுதலாக எனக்கு முன் சென்ற பேருந்து எரிக்கப்பட்டது. தொழிலாளர்கள் கையில் உருட்டுக் கட்டைகள், ஆசிட் பாட்டில் என டிவிஎஸ் வளாகம் வன்முறைக் களமாக மாறியது.

என்னால் அந்த வன்முறையை பொறுத்துக்கொள்ள முடியவில்லை. மூன்று மாதங்களுக்கு நிறுவனத்தை மூட உத்தரவிட்டேன். நிறுவனத்தின் ஒட்டுமொத்த செயல்பாடும் முடங்கியது. அப்போது முதல்வராக இருந்த கருணாநிதியை டிவிஎஸ் வேணு ஸ்ரீநிவாசன் சந்தித்துப் பேசினார். நீண்ட

இடைவெளிக்குப் பிறகு நிறுவனம் திறக்கப்பட்டது. 2,000 ஊழியர்கள் திரண்டிருந்தனர். நான் பேசினேன், "நம் நிறுவனம் கடும் நஷ்டத்தில் இருக்கிறது. இனி பிழைக்குமா என்பதே சந்தேகம்.

ஆயிரக்கணக்கான குடும்பத்தை வாழவைத்துக் கொண்டிருக்கும் இந்த நிறுவனம் மூடப்பட்டால் என்ன ஆகும்? வன்முறை எண்ணத்தை விட்டுவிட்டு உழைக்கும் எண்ணத்தில் வாருங்கள். 3 ஆண்டுகளில் இதை மீண்டும் பொன்விளையும் பூமியாக மாற்றிக்காட்டுகிறேன்" என்றேன்.

சொன்னபடி மூன்று ஆண்டுகளில் டிவிஎஸ் நிறுவனத்தை பொன்விளையும் பூமியாக மாற்றினேன். நிறுவனம் கடும் நஷ்டத்திலிருந்து லாபப் பாதைக்கு மாறியது. இந்தக் காலகட்டத்தில்தான், டிவிஎஸ் நிறுவனத்தின் முக்கியமான தயாரிப்புகளில் ஒன்றான ஸ்கூட்டி மாடலை அறிமுகம் செய்தோம்.

இந்தப் பயணத்தில் நீங்கள் கற்றுக்கொண்ட நிர்வாகப் பாடம் என்ன?

நாம் நம்மைப் பற்றி நினைத்துக்கொண்டு இருப்பதைவிட பல மடங்கு திறமையைக் கொண்டிருக்கிறோம். அந்தத் திறனை முழுமையாக வெளிக்கொண்டு வருவது ஒவ்வொரு தனிமனிதனின் கடமையாகப் பார்க்கிறேன். சிறந்த தலைவர்தன் ஊழியர்களின் தனித்திறனை அடையாளம் கண்டு அதை முழுமையாக வெளியே கொண்டுவரச் செய்ய வேண்டும். தலைவர் என்பவர் மிகுந்த தன்னம்பிக்கையுடன் செயல்பட வேண்டும். அவருள் பயம் இருந்தாலும், அதை வெளிப்படுத்தக்கூடாது.

அது ஒட்டுமொத்த குழுவையும் பாதிக்கும். பல சமயங்களில் நான் பயத்தை உணர்ந்துள்ளேன். ஆனால், ஒருபோதும் அதை நான் வெளிக்காட்டவில்லை. நகைச்சுவை உணர்வு மிகவும் அவசியம். நிறுவனத்தில் நகைச்சுவை உணர்வு இருந்தால் ஊழியர்கள் உற்சாகத்துடன் வேலை செய்வார்கள். அனைத்துக்கும் மேலாக, எல்லோரையும் கண்ணியத்துடனும் மரியாதையுடனும் நடத்த வேண்டும். அதுதான் நல்ல தலைமைக்கு அழகும்கூட!

24

சமூகப் பிரச்சினைகளை தீர்க்க ஸ்டார்ட்அப் அணுகுமுறை கைகொடுக்கும்!

◆ StartupTN சிஇஓ **சிவராஜா ராமநாதன்**

தமிழ்நாட்டில் தற்சமயம் 9,000 ஸ்டார்ட்அப் நிறுவனங்கள் உள்ளன. 2020-ம் ஆண்டில் அந்த எண்ணிக்கை வெறும் 2,000. மூன்றே ஆண்டுகளில் 4 மடங்கு உயர்வு என்பது மட்டுமல்ல, இந்திய அளவில் ஸ்டார்ட்அப் சார்ந்து சிறப்பாக செயல்படும் மாநிலமாகவும் தற்போது தமிழ்நாடு அங்கீகாரம் பெற்றுள்ளது. மிகக்குறுகிய காலகட்டத்தில் இந்த மாற்றத்தை சாத்தியப்படுத்திய காரணிகளில் ஒன்று 'ஸ்டார்ட்அப் தமிழ்நாடு'.

இந்தியாவில் 2016-ம் ஆண்டுக்குப் பிறகு, இகாமர்ஸ், ஃபின்டெக், கல்வி, மருத்துவம் என பல தளங்களில் ஸ்டார்ட்அப் நிறுவனங்கள் அதிக எண்ணிக்கையில் உருவாகத் தொடங்கின. ஆனால், அவை பெரும்பாலும் மும்பை, பெங்களூரு ஆகிய நகரங்களை மையப்படுத்தி இருந்தன. இந்தச் சூழலில், தமிழ்நாட்டில் ஸ்டார்ட்அப் நிறுவனங்களுக்கான சூழலை ஏற்படுத்த திட்டமிட்ட திமுக அரசு, 2022-ம் ஆண்டு 'ஸ்டார்ட்அப் தமிழ்நாடு' அமைப்பை உருவாக்கியது.

இந்த அமைப்பை நிர்வகிக்க தமிழ்நாடு அரசு தேர்ந்தெடுத்த நபர் சிவராஜா ராமநாதன். சிவராஜா மதுரையைச் சேர்ந்தவர். தன்னுடைய 21-வது வயதில், நண்பர்களுடன் இணைந்து சிறிய அளவில் கணினி

விற்பனையகத்தைத் தொடங்கியவர், படிப்படியாக மொபைல்போன் டீலர்ஷிப், மென்பொருள் உருவாக்கம் என பல தளங்களில் நிறுவனங்கள் தொடங்கி செயல்பட்டுவந்தார்.

தன்னுடைய தொழில் பயணத்தில், பெருநகர தொழில் முனைவோருக்கு கிடைக்கும் வாய்ப்புகள், இரண்டாம், மூன்றாம் கட்ட நகர தொழில் முனைவோர்களுக்கு கிடைப்பதில்லை என்பதை உணர்ந்த அவர், அத்தகைய வாய்ப்புகளை ஏற்படுத்தித்தரும் நோக்கில் 2012-ம் ஆண்டு 'நேட்டிவ் லீட்' என்ற அமைப்பை உருவாக்கினார். இளைஞர்களிடையே தொழில்முனைவு சிந்தனையை உருவாக்குவது, தொழில்முனைவு ஐடியாவில் இருப்பவர்களுக்கு அடுத்த கட்டம் செல்வதற்கு வழிகாட்டுவது, நிதி திரட்ட களம் ஏற்படுத்தித் தருவது, ஸ்டார்ட்அப் கூட்டங்கள் நடத்துவது என ஒரு அரசு செய்ய வேண்டியதை தன்னுடைய அமைப்பு வழியாக அவர் செய்துவந்தார்.

ஸ்டார்ட்அப் சூழல் உருவாக்கம் சார்ந்து சிவராஜா மேற்கொண்டுவந்த முன்னெடுப்புகளை கவனித்த தமிழ்நாடு அரசு, தான் ஏற்படுத்திய 'ஸ்டார்ட்அப் தமிழ்நாடு' அமைப்புக்கு அவரையே தலைமைச் செயல் அதிகாரியாக நியமித்தது. இன்று தமிழ்நாட்டின் ஸ்டார்ட்அப் கட்டமைப்பில் முக்கிய முகமாக சிவராஜா அறியப்படுகிறார். முப்பது ஆண்டுகளுக்கு முன்னால், கணினி விற்பனை வழியே தன் தொழில் செயல்பாட்டை தொடங்கியவர், தமிழ்நாடு அரசின் முக்கியமான அமைப்பின் சிஇஓ-வாக உருவெடுத்த பயணத்துக்கு பின்னால் இருக்கும் கதை என்ன? அவருடன் உரையாடினேன்.

பள்ளிப் பருவத்தில் உங்கள் உலகம் என்னவாக இருந்தது?

என்னுடைய பள்ளிப் பருவம்

◉ சிவராஜா ராமநாதன்

கலவையான அனுபவங்கள் நிறைந்தது. எங்கள் பூர்வீகம் மதுரை. பிரிட்டிஷ் ஆட்சியின்போது, என்னுடைய தாத்தா மதுரை சுற்றுவட்டப் பகுதியிலிருந்து வேலையாட்களை இலங்கை தேயிலைத் தோட்டத்துக்கு அழைத்துச் சென்று நிர்வகித்து வந்தார்.

இதன் தொடர்ச்சியாக, என்னுடைய பெற்றோர், இலங்கையில் குடியேறினர். நான் 10-ம் வகுப்பு வரையில் இலங்கையில்தான் படித்தேன். நன்றாக சென்றுகொண்டிருந்த வாழ்க்கையில், திடீரென்று தலைகீழ் மாற்றம் நிகழ்ந்தது. 1983-ல் இலங்கை இனக் கலவரத்தின்போது, தமிழர்கள் என்பதால் எங்கள் சொத்துகள் அனைத்தும் தீக்கிரையாக்கப்பட்டன.

இனி அங்கு வாழ முடியாது என்ற சூழல் உருவானது. இதைத் தொடர்ந்து எங்கள் குடும்பம் மீண்டும் மதுரைக்கு வந்தது. எனக்கு அப்போது 14 வயது. மதுரையில் எங்களுக்கென்று எதுவும் இல்லை. வாழ்க்கையை முதலிலிருந்து தொடங்க வேண்டியதாக இருந்தது. இந்த மாற்றம் மனரீதியாக என்னுள் ஆழ்ந்ததாக்கத்தை ஏற்படுத்தியது. வாழ்க்கையில் எதுவும் நிரந்தரமில்லை என்ற எண்ணத்தை என்னுள் விதைத்தது.

தொழில்முனைவை நோக்கி எப்படி நகர்ந்தீர்கள்?

1990-ல் நான் கல்லூரி படிப்பை முடித்தேன். அந்த சமயத்தில் வேலையின்மை தீவிரமாக நிலவியது. அப்போதுதான் கணினியும் அறிமுகமாகத் தொடங்கியது. கணினி பயின்றால் நல்ல வேலையில் சேர முடியும் என்று சொன்னார்கள். இதனால், நானும் என் நண்பனும் எங்கள் ஊரில் இருந்த கணினி பயிற்சி நிலையத்தில் சேர்ந்தோம். என் அப்பா ஒரு காந்தியவாதி. தீவிர வாசிப்பு பழக்கம் உடையவர்.

அவர் வழியாக எனக்கும் வாசிப்பு அறிமுகமானது. கணினி வகுப்புக்கான நேரம் போக மற்ற நேரங்களில் நூலகத்துக்குச் சென்று புத்தகங்களைப் படிப்பேன். அப்போது எழுத்தாளர் எம்.எஸ். உதயமூர்த்தியின் ‘எண்ணங்கள்’ புத்தகம் எனக்கு அறிமுகமானது. அவரது புத்தகங்கள் இளைஞர்கள் சொந்தமாக தொழில் செய்து சமூகத்தை மாற்ற வேண்டும் என்ற கருத்தை வலியுறுத்துபவை.

அவரது புத்தகங்களால் ஈர்க்கப்பட்டுதான் இயக்குநர் கே.பாலச்சந்தர் ‘உன்னால் முடியும் தம்பி’ திரைப்படத்தை எடுத்தார். அந்தப் படத்தில் கமல் பெயர் உதயமூர்த்தி. அவரது புத்தகங்கள் என்னுள் தைரியத்தையும்

தன்னம்பிக்கையும் ஊட்டியதோடு தொழில்முனைவுச் சிந்தனையையும் ஏற்படுத்தியது.

அதுவரையில், புலம்பெயர்ந்தவர்களுக்கே உரிய தயக்கத்தில் இருந்துவந்த நான், சொந்தமாக தொழில் தொடங்கும் முடிவுக்கு வந்தேன். என்னுடன் கணினி பயின்ற நண்பர்கள் சிலருடன் கலந்தாலோசித்தேன். அவர்களும் தொழில்முனைவு எண்ணத்தில் இருந்தனர். "இனி கணினி பரவலான பயன்பாட்டுக்கு வரப்போகிறது. கணினிகளை வாங்கி விற்கலாமே" என்று முடிவு செய்தோம்.

அப்போது ஒரு கணினியின் விலை, ரூ.1.25 லட்சம். ஆளுக்கு ரூ.25 ஆயிரம் போட்டு ஒரு கணினி வாங்கி நிறுவனத்தை ஆரம்பித்தோம். நல்ல வருமானம் கிடைத்தது. படிப்படியாக, பேக்ஸ் மிஷின், பேஜர் விற்பனையில் இறங்கினோம். மொபைல் டீலர்ஷிப்பும் எடுத்தோம். புதிய தொழில்நுட்பங்கள் உலகை மாற்றப் போகின்றன என்பதை உணர்ந்திருந்தேன். அதன் அடிப்படையிலேயே எனது அடுத்தடுத்த தொழில் செயல்பாடுகளை அமைத்துக் கொண்டேன்.

தொழிலில் தீவிரமாக இயங்கிக் கொண்டிருந்த நீங்கள், எந்தப் புள்ளியில் 'நேட்டிவ் லீடு' அமைப்பை உருவாக்க முடிவு செய்தீர்கள்?

முதல் பத்தாண்டுகள் எங்களுடைய தொழில்கள் அனைத்தும் டீலர்ஷிப்பாகவே இருந்தன. 2000-க்குப் பிறகு மென்பொருள் உருவாக்கத்தில் கவனம் செலுத்த ஆரம்பித்தேன். அப்போதுதான் என்னை சுற்றி இருந்த போதாமைகள் எனக்கு புலப்பட்டன.

பெரும்பாலான மென்பொருள் சார்ந்த நிறுவனச் செயல்பாடுகள் பெங்களூரு, சென்னை போன்ற பெருநகரங்களை மையப்படுத்தி இருந்தன. நல்ல ஊழியர்களை வேலைக்கு எடுப்பது முதல் நிதி திரட்டுவது வரையில் பெருநகரங்களுக்கும் இரண்டாம், மூன்றாம் கட்ட நகரங்களுக்கும் அவ்வளவு ஏற்றத்தாழ்வு இருந்தது.

இதனால், நான் சில சறுக்கல்களைச் சந்தித்தேன். இன்னொரு பக்கம், வெவ்வேறு தொழில்கள் வழியேநல்ல வருமானம் ஈட்டிக்கொண்டிருந்தாலும், என் இலக்கு குறித்து தெளிவு இல்லாமல் ஒருவித வெறுமையை எதிர்கொண்டிருந்தேன். அப்போது எனக்கு வயது 40. ஒரு மனிதனின் வாழ்க்கையின் முக்கியமான காலகட்டம் இல்லையா அது. அர்த்தப்பூர்வமாக எதாவது செய்ய வேண்டும் என்று தோன்றியது. இதனிடையே நண்பர் ஆழிசெந்தில்நாதன் மூலம் அண்ணா, பெரியார்,

அம்பேத்கர், கார்ல் மார்க்ஸ் வாசிக்க ஆரம்பித்திருந்தேன். அது சமூகம் குறித்த என் பார்வையில் மாற்றத்தை ஏற்படுத்தியது.

என் துறை சார்ந்து சமூகத்தை மேம்படுத்தும் வகையில் ஏதேனும் ஒரு செயல்பாட்டில் இறங்கலாம் என்ற எண்ணம் உருவானது. இது தொடர்பாக ஆலோசனைப் பெறுவதற்காக என்னுடைய வழிகாட்டி பரத்தை சந்தித்தேன். அவர் சொன்னார், "சிவராஜா, நீங்கள் நிறைய தொழில்களில் ஈடுபட்டுக்கொண்டிருக்கிறீர்கள். ஆனால், பணம் சேர்ப்பது என்பது உங்களது இலக்காக தெரியவில்லை. சிறுவயதில் உங்கள் குடும்பம் ஒரே நாளில் மொத்த சொத்தையும் இழந்ததால், பணம் என்பது நிரந்தரமில்லை என்ற எண்ணம் உங்களுக்குள் ஆழப் பதிந்திருக்கலாம். உங்கள் செயல்பாடுகளை பகுத்துப் பார்க்கையில், நீங்கள் சமூகம் சார்ந்த ஸ்டார்ட்அப் செயல்பாட்டில் கவனம் செலுத்துவது உங்கள் மன இயல்புக்கு பொருத்தமாக இருக்கும் என்று நினைக்கிறேன்" என்றார்.

மதுரையில் தொழில் தொடங்கிய நாம் நிதித் திரட்ட அவ்வளவு சிரமப்படுகிறோம். நம்மைப் போல் இரண்டாம், மூன்றாம் கட்ட நகரங்களில் இதேபோல் பலர் நெருக்கடியை எதிர்கொண்டு வருகின்றனர். தொழில்முனைவு குறித்து சரியான வழிகாட்டுதல் இல்லாமல் சிரமப்படுகின்றனர். அவர்களுக்கு ஒரு தீர்வு வழங்கலாமே என்று யோசித்தேன். 2012-ம் ஆண்டு 'நேட்டிவ் லீடு' அமைப்பைத் தொடங்கினேன்.

தமிழ்நாடு ஸ்டார்ட்அப் சூழலில், நாம் இன்னும் தீவிரமாக கவனம் செலுத்த வேண்டிய விஷயம் என்று எதைச் சொல்வீர்கள்?

தமிழ்நாட்டில் துணிகர முதலீட்டாளர்கள் (வென்சர் கேபிடலிஸ்ட்) குறைவாக இருக்கின்றனர். ஸ்டார்ட்அப் நிறுவனங்கள் வளர வெளி முதலீடுகள் அவசியம். இதனால்தான், தமிழ்நாட்டில் சிறப்பான முதலீட்டுச் சூழலை உருவாக்குவதில் கூடுதல் கவனம் செலுத்தி வருகிறோம். அதேபோல், நாம் கவனம் செலுத்த வேண்டிய மற்றொன்று, பிராண்டிங்.

இந்திய இளைஞர்கள் ஜாக்கி உள்ளாடைகளை விரும்பி அணிகின்றனர். அமெரிக்க பிராண்டான ஜாக்கி, திருப்பூரில்தான் தயாரிக்கப்படுகிறது. ஆனால், நம்மால் அப்படி சொந்தமாக ஒரு பிராண்டை உருவாக்க முடியவில்லை. அதற்கு பெரும் நிதி ஆதாரம் தேவை என்பது ஒரு பக்கம் இருந்தாலும், பிராண்ட் உருவாக்கம் குறித்த சிந்தனையே நம்மிடம் பரவலாக இல்லை என்பதுதான் சிக்கல். பிராண்டிங் சிந்தனையை தமிழ்நாட்டில் வளர்த்தெடுக்க வேண்டும்.

ஸ்டார்ட்அப் காலகட்டத்தை எதிர்கொள்ள நாம் வளர்த்துக்கொள்ள வேண்டிய திறன்கள் என்ன?

ஸ்டார்ட்அப் சிந்தனை என்பது தொழில் சார்ந்த ஒன்று மட்டுமல்ல, எந்த ஒரு விஷயத்திலும் தீர்வு நோக்கி சிந்திக்கும் அணுகுமுறை அது. நம் சமூகத்தில் நிலவும் பல்வேறு பிரச்சினைகளுக்கு ஸ்டார்ட்அப் அணுகுமுறை மூலம் தீர்வு காண முடியும். எனவே, தொழில் முனைவோர் என்றில்லை, மாணவர்கள், ஊழியர்கள், சமூகச் செயல்பாட்டாளர்கள் என ஒவ்வொருவரும் இந்தக் காலகட்டத்தில் ஸ்டார்ட்அப் சிந்தனையை கைகொள்வது அவசியம் என்று நினைக்கிறேன்.

தற்போதைய சூழலில், மார்க்கெட்டிங் என்பது மிக முக்கியமானதாக மாறியுள்ளது. நம் செயல்பாடுகளை, உருவாக்கங்களை, திறன்களை மிகச் சரியான முறையில் மார்க்கெட்டிங் செய்யக் கற்றுக்கொள்ள வேண்டும். அனைத்துக்கும் மேலாக, வற்றாத தேடல் அவசியம். தேடலே நம்மை உயிர்ப்போடு வைத்திருக்கும்!

25

நம்மை பற்றி நாம் சொல்லும் கதை முக்கியம்!

◆ மார்க்கெட்டிங் நிபுணர் **சாய்ராம் கிருஷ்ணன்**

Marketing is everything and everything is marketing. அமெரிக்க மார்க்கெட்டிங் ஜாம்பவானான ரெஜிஸ் மெக்கென்னா (Regis McKenna), 1990-களில் இணையம் அறிமுகமாகிக் கொண்டிருந்த காலகட்டத்தில் மார்க்கெட்டிங் குறித்து கூறிய பிரபலமான கூற்று இது. தற்போதைய சமூக ஊடக காலகட்டத்தில் மார்க்கெட்டிங் பற்றி சொல்லத் தேவையில்லை. உலகின் ஒவ்வொரு அசைவிலும் மார்க்கெட்டிங் நிறைந்த காலகட்டத்தில் நாம் வாழ்ந்து கொண்டிருக்கிறோம்.

"தற்போதைய சூழலில் உங்களை நீங்கள் சரியாக மார்க்கெட்டிங் செய்வதன் மூலமே அடுத்த கட்டத்துக்கு செல்ல முடியும். அந்தவகையில், ஒவ்வொருவரும் கற்றுக்கொள்ள வேண்டிய திறனாக மார்க்கெட்டிங் மாறியுள்ளது" என்கிறார் இந்திய SaaS (software as a service) துறையில், கவனிக்கப்படும் மார்க்கெட்டிங் நிபுணர்களில் ஒருவரான சாய்ராம் கிருஷ்ணன்.

2011-ம் ஆண்டு ஃப்ரெஷ்வொர்க்ஸ் (freshworks) நிறுவனத்தில் மார்க்கெட்டிங் பிரிவில் தன் பணியைத் தொடங்கியவர் சாய்ராம் கிருஷ்ணன். மார்க்கெட்டிங் உத்திகளுக்கு பெயர்போன விங்கிபை (wingify) உள்ளிட்ட முன்னணி நிறுவனங்களில் பணியாற்றிய அவர்,

சாய்ராம் கிருஷ்ணன்

தற்போது பெங்களூருவைத் தலைமையிடமாகக் கொண்டு செயல்படும் அட்டாமிக்வொர்க் (atomicwork) ஸ்டார்ட்அப்பின் மார்க்கெட்டிங் பிரிவின் தலைவராக உள்ளார். *'The CMO Journal'* என்ற தளத்தில் மார்க்கெட்டிங் குறித்து தொடர்ந்து எழுதி வருகிறார். மார்க்கெட்டிங் செயல்பாட்டின் முக்கியத்துவம் குறித்து அவரிடம் உரையாடியதிலிருந்து...

அடிப்படையான கேள்வி, மார்க்கெட்டிங் என்றால் என்ன?

உங்கள் தயாரிப்பைப் பற்றிய கதையை சொல்வதுதான் மார்க்கெட்டிங். அந்தத் தயாரிப்பை ஏன் உருவாக்கி இருக்கிறீர்கள், அதைப் பயன்படுத்துவதால் வாடிக்கையாளர்களுக்கு என்ன கிடைக்கும், சந்தையில் பயன்பாட்டில் உள்ள மற்றவற்றிலிருந்து உங்கள் தயாரிப்பு எந்த வகையில் தனித்து இருக்கிறது. இந்த விஷயங்களை முன்வைப்பதுதான் மார்க்கெட்டிங்கின் அடிப்படை.

இன்று நீங்கள் ஆப்பிள் ஐபோன் வாங்குகிறீர்கள். அதன் தரம், அதைப் பயன்படுத்துவதால் கிடைக்கும் அனுபவம் எல்லாவற்றையும் தாண்டி, ஆப்பிள் பற்றிய கதை மூலமே அதைப்பற்றி உங்களுக்கு தெரிய வந்திருக்கும். சொல்லப் போனால், மார்க்கெட்டிங் வழியாகத்தான் உங்கள் தயாரிப்புக்கு நீங்கள் அர்த்தம் வழங்குகிறீர்கள்.

மார்க்கெட்டிங் செயல்பாட்டைப் பற்றி விளக்க முடியுமா?

மார்க்கெட்டிங் செயல்பாட்டில் மூன்று விஷயங்கள் மிக அடிப்படையானவை. மார்க்கெட்டிங் ரிசர்ச், மார்க்கெட்டிங் இன்சைட்ஸ், பொசிஷனிங். நீங்கள் பற்பசை தயாரிக்கிறீர்கள். அதைச் சந்தைப்படுத்த வேண்டும் என்று வைத்துக்கொள்வோம்.

இப்போது நீங்கள் முதலில் செய்ய வேண்டியது, தற்போது சந்தையில் என்னென்ன பற்பசைகள் விற்பனையில் இருக்கின்றன. அவற்றின் தன்மை என்ன, உங்களின் பற்பசையின் தன்மை என்ன, பற்பசையைப் பயன்படுத்துவதில் வாடிக்கையாளர்களின் தேர்வு என்னவாக இருக்கிறது, எதிர்பார்ப்பு என்னவாக இருக்கிறது உள்ளிட்டவற்றை ஆய்வு செய்ய வேண்டும். இதுதான் மார்க்கெட்டிங் ரிசர்ச் (Market research). நீங்கள் என்ன கோணத்தில் உங்கள் தயாரிப்பை முன்வைக்கலாம் என்ற தெளிவு மார்க்கெட்டிங் ரிசர்ச் மூலம் கிடைக்கும்.

சந்தையில் ஏற்கெனவே பயன்பாட்டில் இருக்கும் பற்பசையிலிருந்து உங்கள் தயாரிப்பை எப்படி வேறுபடுத்தப் போகிறீர்கள் என்பது மார்க்கெட்டிங் இன்சைட்ஸ் (Marketing insights). உதாரணத்துக்கு, பற்பசையில் உப்பு இருந்தால், பல் நன்றாக சுத்தமாகும் என்பதை கண்டறியும் கோல்கேட், தன்னுடைய தயாரிப்பில் உப்பை சேர்த்து, 'உங்கள் டூத் பேஸ்டில் உப்பு இருக்கா' என்று விளம்பரப்படுத்தியது. உங்கள் துறையில் உங்கள் தயாரிப்பை முக்கியத்துவப்படுத்த மார்க்கெட்டிங் இன்சைட்ஸ் முக்கியம். மூன்றாவது பொசிஷனிங் (Positioning). யாருக்காக இந்தப் பற்பசையை தயாரிக்கிறீர்கள்.

குழந்தைகளுக்காகவா, இளைஞர்களுக்காகவா, முதியவர்களுக் காகவா அல்லது பல் பிரச்சினையில் அவதிப்படுபவர் களுக்கு மட்டுமானதா அல்லது ஆயுர்வேத மூலிகைகளை விரும்புவர்களுக்கானதா என யாருக்கு அந்தத் தயாரிப்பை விற்கப் போகிறோம் என்பதைப் புரிந்து, அதற்கு ஏற்ற வகையில் அந்தத் தயாரிப்பை பொசிஷனிங் செய்ய வேண்டும். நீங்கள் எப்படி உங்கள் தயாரிப்பைப் பொசிஷனிங் செய்கிறீர்களோ அப்படித்தான் வாடிக்கையாளர்கள் அந்தத் தயாரிப்பை அணுகுவார்கள்.

மார்க்கெட்டிங், விளம்பரம், விற்பனை இவை மூன்றுக்கும் இடையிலான வித்தியாசம் என்ன?

பாடி ஸ்ப்ரேயில் பெர்ஃப்யூமைவிடவும், காற்றுதான் அதிகம் இருக்கிறது என்ற புகார் இந்திய மக்களிடையே பல காலமாக இருந்து வந்தது. இதை உணர்ந்த ஃபாக் (FOGG) நிறுவனம், காற்று இல்லாமல் பாடி ஸ்ப்ரே தயாரித்து, அதையே தன்னுடைய தனித்துவமாக முன்வைத்தது. இது மார்க்கெட்டிங். விளம்பரம் என்பது மார்க்கெட்டிங்கின் ஓர் அங்கம்.

உங்கள் தயாரிப்பின் தனித்துவத்தை மக்கள் மனதில் பதியச் செய்யும் செயல்பாடுதான் விளம்பரம். விளம்பரத்துக்கு கற்பனைத்

திறன் மிக முக்கியம். காற்று அதிகம் இருக்கும் பாடி ஸ்ப்ரேயையும் தனது தயாரிப்பையும் ஒப்பிட்டு சுவாரஸ்யமான விளம்பரங்களை ஃபாக் வெளியிட்டது. ஃபாக்கின் விளம்பரங்கள் மிகவும் பிரபலமடைந்தன.

அடுத்தது விற்பனை. பொதுவாக பலரும் மார்க்கெட்டிங்கையும் விற்பனையையும் ஒன்றோடு ஒன்று குழப்பிக் கொள்வது உண்டு. உங்கள் தயாரிப்பைப் பற்றி வாடிக்கையாளரிடம் தெளிவான புரிதலை ஏற்படுத்தி அதை வாங்கத் தூண்டுவது வரையில்தான் மார்க்கெட்டிங் செயல்படுகிறது. அது பிறகு நடப்பது விற்பனை செயல்பாடு. வாடிக்கையாளர்களுக்கு உங்கள் தயாரிப்பு எளிதாக கிடைக்கச் செய்வதுடன், அதை அவர்கள் வாங்கும்படியான சூழலை ஏற்படுத்தித் தருவது விற்பனை ஆகும். மார்க்கெட்டிங்குக்கும் விற்பனைக்கும் தனித்தனி நடைமுறைகள் உள்ளன.

ஃபாக் நிறுவனம் விற்பனையிலும் புரட்சி செய்தது. அதுவரையில் பெர்ஃப்யூம் சூப்பர் மார்க்கெட்களிலும், அதற்கென்று உரிய கடைகளில் மட்டுமே கிடைத்தது. ஃபாக், அதைப் பெட்டிக்கடைக்குக் கொண்டு வந்து விற்க ஆரம்பித்தது. தன்னுடைய தயாரிப்பை வாடிக்கையாளர்கள் எளிதாக வாங்குவதற்கான கட்டமைப்பை உருவாக்கியது.

2011 வாக்கில் அறிமுகமான ஃபாக், தன்னுடைய புதுமையான மார்க்கெட்டிங், விளம்பரம், விற்பனை உத்தி மூலம், அதுவரையில் இந்திய சந்தையில் கோலோச்சிக்கொண்டிருந்த மற்ற பிராண்டுகளைப் பின்னுக்குத்தள்ளி, சந்தையை தன்வசப்படுத்தியது. இதில் இன்னொரு கவனிக்கத்தக்க விஷயம் உண்டு. சந்தையில் வாய்ப்பைக் கைப்பற்றுவதை விடவும், உங்கள் தயாரிப்புக்கென்று ஒரு சந்தையை உருவாக்குவது முக்கியம்.

மார்க்கெட்டிங்கில் தவிர்க்க வேண்டிய விஷயம் என்ன?

பொய். நீங்கள் மார்க்கெட்டிங் உத்திகள் மூலமாக, உங்கள் தயாரிப்பைப் பற்றி மிகையான பிம்பத்தை உருவாக்கி விற்க முடியும். ஆனால், நீண்ட நாட்களுக்கு தாக்குப்பிடிக்க முடியாது. உங்கள் தயாரிப்பின் போதாமையை வாடிக்கையாளர்கள் உணர்ந்துவிடுவார்கள். உங்கள் மீது வாடிக்கையாளர்களுக்கு நம்பிக்கை போய்விடும். வாடிக்கையாளர்களை முட்டாளாக நினைத்தால், சில காலத்திலேயே அவர்கள் உங்களை முட்டாள் ஆக்கிவிடுவார்கள்.

நிறுவனங்கள் மட்டுமல்ல, ஒவ்வொரு தனிநபரும் தங்களை மார்க்கெட்டிங் செய்துகொள்ள வேண்டிய அவசியம் என்ன?

மார்க்கெட்டிங் என்பது நிறுவனங்கள் தங்களை தயாரிப்பை விற்பதற்காக செய்வது என்று பெரும்பாலானோர் நினைக்கின்றனர். நாம் ஒவ்வொருவரும் நம்மை அறியாமலேயே நம்மை மார்க்கெட்டிங் செய்து கொண்டிருக்கிறோம். வேலைக்காக நீங்கள் அனுப்பும் ரெஸ்யூம் ஒரு மார்க்கெட்டிங்தான்.

என்ன சிக்கல் என்றால், பலர் வேலைக்குச் சேர்ந்ததும் தங்களைச் சுருக்கிக்கொள்கின்றனர். நீங்கள் ஒரு நிறுவனத்தில் வேலை செய்கிறீர்கள் என்றால், அந்நிறுவனத்தில் முக்கியமான நபராக நீங்கள் மாற வேண்டும். நிறுவனம் உங்களை முக்கியமான நபராக உணர வேண்டும். அதற்கு நீங்கள் வேலையைத் தாண்டி, கூடுதலாக சில விஷயங்களில் கவனம் செலுத்த வேண்டும். அதுதான் *Knowledge sharing.*

உங்கள் துறை சார்ந்த அனுபவங்களை, உங்கள் கற்றலை நீங்கள் பொதுவெளியில் பகிர வேண்டும். அது வீடியோவாக, எழுத்தாக, வேறு எந்த வடிவிலும் இருக்கலாம். தற்போதைய காலகட்டத்தில் உங்கள் துறை சார்ந்து உங்களை தனி பிராண்டாக உருவாக்கிக் கொள்வது அவசியம். உங்கள் துறையில் நீங்கள் கவனிக்கப்படும் ஆளுமையாக உருவெடுக்கும்பட்சத்தில், நீங்கள் வேலைத் தேடி அலைய வேண்டியதில்லை. வேலை உங்களைத் தேடி வரும்.

மார்க்கெட்டிங் பற்றி தெரிந்துகொள்வதற்கான நல்ல புத்தகங்கள் என்னென்ன?

அமெரிக்காவைச் சேர்ந்த எழுத்தாளரும் தொழில்முனைவருமான செத் கோடின் (*Seth Godin*) எழுதிய *This is marketing* புத்தகம் அவசியம் வாசிக்கப்பட வேண்டிய ஒன்று. மார்க்கெட்டிங் குறித்து புதிய பார்வையைத் தரக்கூடியது அந்தப் புத்தகம். புகழ்பெற்ற மார்க்கெட்டிங் ஏஜென்சி ஓகில்வியின் துணைத் தலைவரான *Rory Sutherland* எழுதிய *Alchemy* மார்க்கெட்டிங், பிராண்டிங் குறித்து சுவாரஸ்யமான புத்தகம்.

அடுத்தது, *Morgan Housel* எழுதிய *The Psychology of Money.* சமீபத்தில் நடிகர் அரவிந்த் சாமி பேட்டியொன்றில் இந்தப் புத்தகத்தைப் பரிந்துரைத்தது உங்களுக்கு நினைவிருக்கலாம். நான் இந்தப் புத்தகத்தைப் பரிந்துரைப்பது, பணம் சம்பாதிப்பது தொடர்பாக இல்லை. மார்க்கெட்டிங் துறையில் இருப்பவர்கள் கான்டென்ட் ரைட்டிங்கில் வலுவாக இருப்பது அவசியம். கான்டென்ட் ரைட்டிங் எப்படி இருக்க வேண்டும் என்பதற்கு இந்தப் புத்தகம் ஓர் உதாரணம்.

மார்க்கெட்டிங் துறை மூலம் நீங்கள் கற்றுக்கொண்ட வாழ்க்கைப் பாடம் என்ன?

நம்மைப் பற்றி நாம் சொல்லும் கதை மிகவும் முக்கியம். நம் வாழ்க்கைப் பயணத்தைத் தீர்மானிக்கக்கூடிய வல்லமை அதற்கு உண்டு. நீங்கள் ஆங்கிலம் பயில்வதற்கு தனியே வகுப்புக்கு செல்கிறீர்கள் என்று வைத்துக்கொள்வோம். "எனக்கு ஆங்கிலம் சுத்தமாக வராது. வேறு வழியில்லாமல் வகுப்புக்கு போக வேண்டியதாக உள்ளது" என்று கூறும்போது, உங்களிடம் தாழ்வுமனப்பான்மை வெளிப்படுகிறது. உங்களது இயலாமையை பிரதானப்படுத்துகிறீர்கள்.

அதுவே, "நான் ஆங்கிலம் சரளமாக பேசவிரும்புகிறேன். அதற்காக வகுப்புக்குச் செல்கிறேன்" என்று முன்வைக்கும்போது உங்களிடம் தன்னம்பிக்கையும் அடுத்தப்படிநிலைக்குச் செல்வதற்கான மனநிலையும் வெளிப்படுகிறது. ஒவ்வொரு தனிமனிதரும் வாழ்க்கையில் முன்னகர்ந்து செல்ல தங்கள் கதைகளை நேர்மையான கோணத்தில் முன்வைக்க கற்றுக்கொள்ள வேண்டும். மார்க்கெட்டிங் இப்படித்தான் செயல்படுகிறது. நமது போதாமைகளை அல்ல, நமது நோக்கங்களை, பலங்களை, சாத்தியங்களை முன்னிலைப்படுத்த வேண்டும்.

●